ANG TUNAY NA KUSINA NG UKRAINIAN

100 Tunay na Tradisyonal na Mga Recipe mula sa Ukraine. Malusog Na Mababang Mga calorie Vegan/Vegetarian Pagkain para Madali at nasa Estilo

Esperanza Romero

Copyright Material ©2024

Lahat ng Karapatan ay Nakalaan

Walang bahagi ng aklat na ito ang maaaring gamitin o ipadala sa anumang anyo o sa anumang paraan nang walang wastong nakasulat na pahintulot ng publisher at may-ari ng copyright, maliban sa mga maikling sipi na ginamit sa isang pagsusuri. Ang aklat na ito ay hindi dapat ituring na kapalit ng medikal, legal, o iba pang propesyonal na payo.

TALAAN NG MGA NILALAMAN

TALAAN NG NILALAMAN 3
PANIMULA 6
ALMUHAN 7
   1. Ukrainian potato pancake 8
   2. Ukrainian rye bread 10
   3. Ukrainian village almusal 12
   4. Ukrainian Breakfast Hash 14
   5. Ukrainian Cheese Pancake 17
   6. Ukrainian Breakfast Sandwich 19
   7. Ukrainian honey-lemon tea 21
   8. Ukrainian black bread 23
   9. Ukrainian sauerkraut bread 25
MGA APETIZER AT MERYENDA 28
   10. Ukrainian almond crescents 29
   11. Ukrainian cherry dumplings 32
   12. Ukrainian babbka 34
   13. Atsara ng courgette 37
   14. Mabilis na adobo na pipino 40
   15. Adobong kabute 42
   16. Mga Tradisyunal na Donut 44
   17. Angel Wings 47
   18. Ukrainian Pizza 49
   19. Vegan Pierogi Bites 51
   20. Baguette na may Mushroom 53
   21. Vegan Cheese Buns 55
   22. Hanky Panky 58
   23. Mushroom Buckwheat Bowl 60
   24. S mababang inihaw na leeks 63
   25. Usok na sibuyas at poppy seed bread roll 65
   26. Coconut Donut 68
   27. Kohlrabi Schnitzel 70
   28. Mga Pancake na may Yeast 72
   29. Appetizer na may Plum 74
   30. Vegan Crepes na may Plum Butter 76
MGA SOUP AT SALAD 78
   31. Ukraine-style beet soup 79
   32. Ukrainian cucumber at lemon borscht 82
   33. Sour Pickle Soup 84
   34. Borscht 86
   35. Strawberry / Blueberry Soup 88
   36. Sopas ng repolyo 90

37. Sweet and Sour Red Cabbage 92
38. B nagtaas ng pulang repolyo na may mga raspberry 94
39. Sabaw ng gulay 96
40. Sopas ng kamatis 98
41. Atsara na sopas 100
42. Sour rye na sopas 102
43. Pinalamig na beet na sopas 104
44. Sopas ng prutas 106
45. Sopas ng patatas 108
46. Lemon sopas 110
47. Asparagus na sopas 112
48. Beet salad 114
49. Salad ng kintsay at orange 116
50. Salad ng gulay 118
51. Mga pipino sa coconut cream 120
52. Kohlrabi Soup 122
53. Ukrainian bean soup 124

PANGUNAHING KURSO 126

54. Gefullte na isda mula sa Ukraine 127
55. Ukrainian dill chicken 129
56. Ukrainian na karne at nilagang isda 131
57. Ukrainian pot roast 133
58. Ukrainian cabbage rolls na may millet 135
59. Ukrainian beef stroganoff 137
60. Vegetarian bigos 139
61. Ukrainian Dumplings 141
62. Mga sweet curd sandwich 143
63. Rice na may mansanas 145
64. Noodle at Dumplings 147
65. Noodles at Vegan Cheese 150
66. Macaroni na may strawberry 152
67. Noodles na may mga Mushroom 154
68. Vegan Cheese na may labanos 156
69. Pasta na may poppy 158
70. Ukrainian Isda 161
71. Cabbage rolls 164
72. Potato at Vegan Cheese Pierogi 166
73. Inihurnong beer tofu 169
74. Sweet potato pierogi 171
75. Vegan spinach balls pasta 174
76. Patatas at Carrot Pierogies 177
77. Pinakuluang Dumplings 180
78. Blueberry Pierogi 182
79. Apricot Kolache 185

MGA DESSERTS 187

- 80. Ukrainian chrustyky 188
- 81. Ukrainian Cheesecake 190
- 82. Bajaderki 192
- 83. Mazurek na may chocolate cream 194
- 84. Pumpkin yeast Bundt cake 196
- 85. Cream roll 198
- 86. Wafers 200
- 87. Holiday apple pie 202
- 88. Potato gingerbread biskwit 205
- 89. Inihurnong Mansanas na may Prutas at Nuts 207
- 90. Vegan Berry cheesecake 209
- 91. Sweet grain puding 211
- 92. Walnut crescent cookies 213
- 93. Plum stew 215
- 94. Marmelada 217
- 95. cake ng Pasko ng Pagkabuhay 219
- 96. Vanilla Custard Pudding 221
- 97. Cream Fudge 223
- 98. Almond sa Chocolate Plums 225
- 99. Vegan sweet cheese rolls 227
- 100. Ukrainian steamed cabbage soufflé 230

KONKLUSYON 233

PANIMULA

Maligayang pagdating sa "ANG TUNAY NA KUSINA NG UKRAINIAN," isang culinary journey sa pamamagitan ng 100 soulful recipes na kumukuha sa puso ng Ukrainian cooking. Ang cookbook na ito ay isang pagdiriwang ng mayaman at magkakaibang lasa, tradisyon, at init na tumutukoy sa lutuing Ukrainian. Samahan kami sa pagtuklas ng mga tradisyonal na pagkain na ipinasa sa mga henerasyon, na lumilikha ng isang tapiserya ng mga lasa na sumasalamin sa kaluluwa at diwa ng Ukraine. Isipin ang isang kusina na puno ng aroma ng nakabubusog na borscht, ang sizzle ng malasang varenyky, at ang tamis ng mga tradisyonal na Ukrainian dessert. Ang "ANG TUNAY NA KUSINA NG UKRAINIAN" ay higit pa sa isang koleksyon ng mga recipe; ito ay isang imbitasyon upang maranasan ang mabuting pakikitungo, kagalakan, at kaginhawaan na kasama ng pagluluto ng Ukrainian. Kung mayroon kang Ukrainian roots o sadyang naaakit sa mga lasa ng Eastern European cuisine, ang mga recipe na ito ay ginawa upang magbigay ng inspirasyon sa iyong muling likhain ang mga tunay na panlasa ng Ukraine.

Mula sa klasikong pierogi hanggang sa nakakaaliw na holubtsi, ang bawat recipe ay isang pagdiriwang ng magkakaibang at madamdaming lasa na tumutukoy sa lutuing Ukrainian. Nagpaplano ka man ng isang kapistahan ng pamilya o tuklasin ang mga kasiyahan ng mga matamis na Ukrainian, ang cookbook na ito ang iyong dapat na mapagkukunan para maranasan ang buong spectrum ng mga tradisyon sa pagluluto ng Ukrainian.

Samahan kami sa pagsisimula namin sa isang paglalakbay sa pamamagitan ng "ANG TUNAY NA KUSINA NG UKRAINIAN," kung saan ang bawat paglikha ay isang testamento sa madamdamin at nakakabagbag-damdamin na katangian ng pagluluto ng Ukrainian. Kaya, isuot ang iyong apron, yakapin ang kayamanan ng Ukrainian hospitality, at sumisid tayo sa 100 madamdamin na mga recipe na nakakuha ng kakanyahan ng minamahal na tradisyon sa pagluluto.

ALMUHAN

1. Ukrainian potato pancake

MGA INGREDIENTS:
- 1 malaking sibuyas; gadgad
- 6 patatas; binalatan at gadgad
- 2 kutsarang harina
- 2 itlog
- 2 kutsarita ng asin
- ¾ kutsarita ng itim na paminta
- 1-pint Sour cream
- ½ pint na Cream

MGA TAGUBILIN:
a) Sa isang malaking mangkok gumamit ng isang panghalo upang katas ang mga sangkap maliban sa kulay-gatas at cream. Maaari mo ring gawin ito sa isang food processor o isang blender. Init ang mantika sa isang kawali at kapag mainit ay ihulog ang malaking kutsara ng pinaghalong. Lutuin hanggang kayumanggi sa isang gilid. Lumiko at ulitin. Kapag tapos na, alisin, alisan ng tubig, at ilagay sa isang mainit na oven.
b) Paghaluin ang kulay-gatas at cream nang magkasama.
c) Ihain nang mainit na may kasamang malaking dollop ng cream mixture! Ito ay isang sangkap na hilaw sa mga tahanan ng Ukrainian at ang mga pancake na ito ay maiimbak nang maayos sa refrigerator sa loob ng 2-3 araw. Sa maraming mga tahanan ay naghahain din ng mga preserve o jam sa masarap na pancake na ito.

2.Ukrainian rye bread

MGA INGREDIENTS:
- 1 kutsarita ng lebadura
- ¼ tasa ng maligamgam na tubig
- I-dissolve ang yeast sa
- Tubig
- 1 tasa ng matapang na kape
- 1 kutsarita Blackstrap molasses
- 3 tasa Buong harina ng rye
- ⅓ tasa ng buong buckwheat flour
- 1¼ kutsarita ng asin

MGA TAGUBILIN:
a) Paghaluin ang mga tuyong sangkap. Magdagdag ng ¾ tasa ng kape at ang yeast solution. Kung kinakailangan, gamitin ang natitirang bahagi ng kape kung ang timpla ay masyadong tuyo. Gumamit ng tubig sa iyong mga kamay upang masahin ang kuwarta sa loob ng 5-10 minuto.

b) Takpan at hayaang magpahinga ng 2 oras sa temperatura ng kuwarto. Hindi ito tataas ng husto. Muli, gumamit ng tubig sa iyong mga kamay at masahin ang kuwarta saglit. Muli takpan, at hayaang tumaas ng 30 minuto pa, na natatakpan ng basang tela. Hugis ang kuwarta sa 1 o 2 mahabang payat na tinapay, muli gamit ang tubig sa iyong mga kamay.

c) Ilagay ang kuwarta sa isang cookie sheet, alinman sa greased o dusted na may harina. Patunayan ang kuwarta sa isang mainit at mahalumigmig na lugar para sa mga 45 minuto, hanggang sa malambot ang kuwarta. Magkakaroon ng kaunting pagtaas.

d) Maghurno sa 450 degrees para sa 20 minuto, na may isang kawali ng tubig sa oven.

e) Maghurno sa 375 degrees F. para sa isa pang 30 minuto, nang walang tubig.

3.Ukrainian village almusal

MGA INGREDIENTS:
- 50g lardo, tinadtad
- 1 shallot, hiniwa ng manipis
- 1 free-range na dibdib ng manok, hiniwa nang manipis na pahaba
- 100 g kale
- 4 na medium free-range na itlog

MGA TAGUBILIN:
a) Lutuin ang lardo sa isang malaking kawali sa katamtamang apoy sa loob ng mga 5 minuto hanggang sa ang karamihan sa taba ay matunaw (matunaw). Idagdag ang shallot at lutuin hanggang sa magsimula itong maging ginintuang (mga 4 na minuto).
b) Idagdag ang manok (kung ginagamit) at lutuin ng 2 minuto, pagkatapos ay idagdag ang kale at lutuin ng isa pang 5 minuto.
c) Panghuli, basagin ang mga itlog, timplahan at lutuin. Maaari mong iwanan ang mga ito nang buo at lutuin hanggang sa matuyo ang mga puti at matuyo pa rin ang mga pula ng itlog, o ihalo ang mga ito upang i-scramble ang mga ito - ito ay magiging masarap sa alinmang paraan.

4.Ukrainian Breakfast Hash

MGA INGREDIENTS:
- 10 yukon ginto o russet na patatas na tinadtad sa mga cube
- 2 kutsarang sariwang baby dill, tinadtad
- 1 sibuyas (medium) tinadtad
- ⅔ tasa ng sauerkraut na likido na piniga at pinong tinadtad,
- 1 375-gram na singsing na dobleng pinausukang Ukrainian sausage, hiniwa sa mga bilog
- 2 ½ tasa ng mushroom na hiniwa
- 1 berdeng paminta tinadtad
- 2 kutsarang langis ng gulay
- 3 kutsarang mantikilya
- 1 tasa ng tuyong cottage cheese
- 2 siwang bawang durog d
- 1 kutsarita ng asin
- ½ kutsarita ng paminta
- itlog

MGA TAGUBILIN:
a) I-chop ang mga patatas sa mga cube at lutuin ang patatas sa microwave sa walang takip na plato/platter sa loob ng humigit-kumulang 15 minuto o hanggang ang isang tinidor ay madaling dumaan sa mga piraso ng patatas, ngunit ang mga ito ay matatag/may hawak na hugis.
b) Samantala: mag-init ng mantika sa isang malaking kawali/kawali sa katamtamang taas at igisa ang kubassa/kielbasa sa loob ng 3-4 minuto, regular na hinahalo at i-flip, pagkatapos ay alisin sa isang plato. Itabi.
c) Magdagdag ng 1 kutsarang higit pang mantika sa kawali, pagkatapos ay igisa ang berdeng paminta, sibuyas at bawang sa medium-low sa loob ng 5 minuto. Magdagdag ng mga mushroom at lutuin ng karagdagang 3-4 minuto. Itabi sa isang hiwalay na mangkok.
d) Magdagdag ng mantikilya sa kawali at lutuin ang patatas, pagpapakilos at pag-flip nang regular, sa loob ng 15 minuto hanggang sa maging kayumanggi sa labas at malambot sa loob.

e) Pagkatapos ay idagdag ang berdeng paminta/sibuyas na halo pabalik sa kawali, pati na rin ang kubassa, sauerkraut, tuyong cottage cheese, ulam at lutuin, pagpapakilos, para sa humigit-kumulang 10 karagdagang minuto.
f) Kung gumagamit ng mga itlog: magluto ng mga itlog ayon sa gusto mo at ilagay sa ibabaw ng hash.

5. Ukrainian Cheese Pancake

MGA INGREDIENTS:
- 275 g keso ng magsasaka
- 1 itlog
- 50 g plain na harina
- 2 kutsarang caster sugar
- Kakarampot na asin

MGA TAGUBILIN:
a) Ilagay ang lahat ng mga sangkap sa isang blender at blitz
b) Kumuha ng isang kutsara ng pinaghalong at ihulog sa harina. Igulong upang takpan ng harina ang labas. Bahagyang patagin. Ilagay sa isang floured plate o direkta sa kawali.
c) Magprito sa bawat panig para sa mga 3-4 minuto hanggang sa ginintuang kayumanggi.
d) Ihain na may jam at kulay-gatas

6.Ukrainian Breakfast Sandwich

MGA INGREDIENTS:
- 1 itlog
- 1 kutsarang tuyong cottage cheese
- ½ kutsarita dill
- 1 kutsarang kulay-gatas
- ⅓ tasang hiniwang Ukrainian kielbasa
- 1 kutsarita ng mustasa
- ½ kutsarita ng malunggay
- 1 whole wheat English muffin
- 2 hiwa ng kamatis

MGA TAGUBILIN:
a) Toast English muffin.
b) Mag-spray sa loob ng coffee mug na may non-stick cooking spray. Hatiin ang itlog sa mug at idagdag sa dry cottage cheese at dill. Gumalaw nang malumanay sa isang segundo at subukang huwag masira ang pula ng itlog.
c) Ilagay ang pinaghalong itlog sa microwave sa loob ng 30 – 40 segundo (na may takip) o hanggang ma-set ang itlog. Dahan-dahang lumuwag sa pamamagitan ng pagpapatakbo ng kutsilyo sa pagitan ng loob ng tabo at itlog.
d) Paghaluin ang kulay-gatas, malunggay at mustasa. Ikalat nang pantay-pantay sa bawat panig ng English muffin.
e) Itaas ang isang bahagi ng English muffin na may hiniwang kielbasa at dahan-dahang i-slide ang nilutong itlog mula sa mug at sa ibabaw ng kielbasa.
f) Magdagdag ng hiniwang kamatis. Itaas ang kalahati ng English muffin.
g) Ihain kaagad.

7. Ukrainian honey-lemon tea

MGA INGREDIENTS:
- 8 kutsara Orange Indian na dahon ng tsaa
- 6 na kutsara Lemon juice na sariwang piniga
- 2 kutsara Ang balat ng lemon ay bagong gadgad
- 1 tasa honey

MGA TAGUBILIN:
a) Ilagay ang mga dahon ng tsaa at balat ng lemon sa isang cheesecloth na bag at itali sarado.
b) Pakuluan ang 2¼ quarts ng tubig, idagdag ang bag, lemon juice, at honey.
c) Pakuluan ng 5 minuto, patayin ang apoy, at hayaang kumulo ng 10 minuto.
d) Ihain nang mainit

8. Ukrainian black bread

MGA INGREDIENTS:
- 1 kutsarita Aktibong dry yeast
- ¼ tasa ; Tubig , mainit (hindi mainit!)
- 1 tasa Kape, MALAKAS; pinalamig
- 1 kutsarita Blackstrap molasses
- 3 tasa Buong harina ng rye
- ½ tasa Buong bakwit na harina
- 1¼ kutsarita asin

MGA TAGUBILIN:
a) I-dissolve ang yeast sa maligamgam na tubig. Ihalo ang pulot sa kape.
b) Pagsamahin ang mga tuyong sangkap . Ihalo ang mga basa at masahin ang kuwarta sa loob ng 10-12 minuto. Takpan ang kuwarta sa puntong ito sa isang mangkok at hayaang umupo ng 2 oras. Ilabas ito at masahin muli ng 3-4 minuto. Hugis sa isang ground ball at takpan ito ng 30 minuto pa.
c) Kunin ang bola sa pagitan ng iyong mga kamay at igulong ito sa isang mahabang manipis na hugis na katulad ng isang French bread loaf, humigit-kumulang 2-3 pulgada ang lapad. Siguraduhing panatilihing basa ang iyong mga kamay kapag hinahawakan ang kuwarta sa lahat ng yugto hanggang ngayon. Magpahid ng cookie sheet at ilagay ang kuwarta sa ibabaw nito. Patunayan ang kuwarta sa isang mainit na oven (mga 85-degree F.) sa loob ng 45 minuto.
d) Maghurno sa 375-degree F moist oven (maglagay ng 1 tasa ng tubig sa isang metal bowl sa oven) sa loob ng 20 minuto.
e) Alisin ang mangkok ng tubig at patuloy na maghurno ng 30 minuto pa sa 375 degrees F. Ito ay gumagawa ng isang mahabang tinapay o maaari itong gawing 2 mas maiikling tinapay o maging mga rolyo.

9. Ukrainian sauerkraut na tinapay

MGA INGREDIENTS:
- 1½ tasa Pinainit na mababang taba na buttermilk
- ½ tasa maligamgam na tubig (98 hanggang 110 Degrees F)
- 1 pakete Aktibong dry yeast
- 2 kutsara Banayad na pulot
- 4 Mga itlog
- 14 tasa Buong trigo o
- Hindi pinaputi na puting harina
- 3 kutsara Langis ng safflower
- 2 tasa Pinatuyo na sauerkraut
- ½ tasa Grated carrots
- ½ kutsarita Paminta
- ½ kutsarita Herbal na kapalit ng asin

MGA TAGUBILIN:
a) Sa isang malaking mangkok pagsamahin ang buttermilk, tubig, lebadura, at pulot. Haluin hanggang matunaw ang lebadura at hayaang tumayo ng 5 minuto.

b) Sa isang maliit na mangkok talunin ang mga itlog, pagkatapos ay idagdag sa pinaghalong lebadura. Gumalaw sa 5 hanggang 6 na tasa ng harina, o sapat na upang bumuo ng isang makapal na batter. Haluing mabuti at hayaang tumayo ng 20 minuto.

c) Haluin nang masigla ang batter sa loob ng 1 minuto, pagkatapos ay magdagdag ng 2 kutsara ng mantika at sapat na harina para makabuo ng makapal na masa. Bahagyang harina ang isang counter o breadboard at i-on ang kuwarta sa board. Masahin hanggang makinis at elastic (5 hanggang 10 minuto). Banayad na langis ang isang mangkok ng paghahalo at ilagay ang minasa na kuwarta dito. Takpan ang mangkok gamit ang isang dish towel at hayaang tumaas ng 40 minuto.

d) Punan ang kuwarta, pagkatapos ay takpan muli at hayaang tumaas ng karagdagang 30 minuto.

e) Habang tumataas ang kuwarta sa pangalawang pagkakataon, pagsamahin ang natitirang mantika, pinaasim na repolyo, karot, paminta, at kapalit ng asin sa isang maliit na kasirola. Lutuin ang halo na ito nang walang takip, sa katamtamang init, sa loob ng 10 minuto, madalas na pagpapakilos. Alisin mula sa init at ibuhos sa isang colander set sa ibabaw ng lababo. Hayaang maubos ang sauerkraut sa loob ng 10 minuto.

f) Langis ng bahagya ang isang 9- by 12-inch baking pan at painitin ang oven sa 350 degrees F. Paghiwalayin ang kuwarta sa 2 bola at igulong ang bawat isa sa 9- by 12- inch na parihaba. Maglagay ng isang rektanggulo sa baking pan. Sandok ang pinaghalong sauerkraut sa ibabaw nito. Ilagay ang pangalawang rektanggulo ng kuwarta sa ibabaw ng sauerkraut. Abutin sa kawali at kurutin ang mga gilid ng ibaba at itaas na mga layer ng kuwarta nang magkasama, tinatakan nang mahigpit. Hayaang tumaas ng 10 minuto.

g) Maghurno ng sauerkraut bread hanggang mag-brown (mga 45 minuto). Dapat itong madaling iangat mula sa kawali. Hayaang lumamig sa isang rack, at pagkatapos ay hatiin sa makapal na wedges.

MGA APETIZER AT MERYenda

10. Ukrainian almond crescents

MGA INGREDIENTS:
- 2 tasang puting harina na hindi pinaputi
- 1 pack ng dry yeast
- 1 tasa Sweet butter, room temp
- 2 Mga pula ng itlog, pinalo
- ¾ tasa ng kulay-gatas

PAGPUPUNO:
- 2 tasang Almendras, toasted at magaspang na giniling
- ⅔ tasa hanggang 3/4 c brown sugar, mahigpit na nakaimpake
- 2 puti ng itlog
- 1 pakurot ng asin

MGA TAGUBILIN:

a) Para sa pastry, paghaluin ang harina at lebadura sa isang daluyan. mangkok.

b) Gupitin ang mantikilya gamit ang isang pastry fork hanggang ang timpla ay maging katulad ng magaspang na pagkain. Haluin ang pula ng itlog at kulay-gatas at ihalo nang maigi. Ang timpla ay magiging madudurog pa rin.

c) Buuin ang kuwarta sa isang bola gamit ang iyong mga kamay, gawin ito nang kaunti hangga't maaari. Kung mas kaunti ang iyong pagmamasa, mas malambot ang pastry. Ang kuwarta ay magiging tacky. I-wrap ito sa waxed paper at palamigin ng hindi bababa sa 2 oras.

d) Ihanda ang pagpuno sa pamamagitan ng pagsasama-sama ng mga giniling na almendras at asukal sa isang maliit na mangkok. Talunin ang mga puti ng itlog at asin hanggang sa matigas, ngunit hindi matuyo, at maingat na tiklupin ang mga ito sa pinaghalong nut.

e) Painitin muna ang oven sa 375F. Kapag ang kuwarta ay lubusang pinalamig, hatiin ito sa tatlong bola. Gamit ang niligid na rolling pin, igulong ang tatlong bilog na humigit-kumulang $\frac{1}{8}$" ang kapal. Gumamit sa isang mahusay na harina na ibabaw upang hindi dumikit ang masa.

f) Gupitin ang bawat bilog sa walong hugis na pie na wedges at ikalat ang wedges na may laman. Simula sa malawak na dulo, igulong ang bawat wedge pataas na parang isang maliit na croissant at pagkatapos ay hilahin ang mga dulo sa isang curve upang bumuo ng isang "sungay." Siguraduhing nasa ibaba ang punto para hindi bumukas ang mga "sungay" habang nagluluto.

g) Ilagay ang almond crescents sa isang lightly oiled baking sheet at maghurno ng mga 30 - 40 min, hanggang sa ginintuang at puffed.

11. Ukrainian cherry dumplings

MGA INGREDIENTS:
- 2 tasang All-purpose na harina; sinala
- 1 kutsarita ng Asin
- 2 itlog
- 1½ tasa de-latang pitted sour red cherries, pinatuyo
- ½ tasang Tubig
- 1 puti ng itlog
- 1 hanggang 3 kutsarang Asukal

MGA TAGUBILIN:
a) Masahin sa isang floured board. Hugis sa isang bola at hayaang tumayo ng 1 oras. Pagulungin nang napakanipis sa floured board. Gupitin sa maliliit na bilog, mga 4 na pulgada ang lapad.
b) Maglagay ng 1 kutsarang puno ng prutas sa ibabang kalahati ng bawat bilog. Brush ang mga gilid na may puting itlog, bahagyang pinalo. Ibuhos ang pastry upang makabuo ng kalahating bilog, at pindutin nang magkasama ang mga gilid. I-drop, ilang sa isang pagkakataon, sa isang malaking takure ng tubig na kumukulo at lutuin nang mabilis sa loob ng 15 hanggang 20 minuto., o hanggang sa lumabas ang mga dumpling. Alisin gamit ang slotted na kutsara at alisan ng tubig. Ihain nang mainit. Ihain na may mainit na cherry juice at makapal na cream, kung ninanais.
c) Ilagay ang mga cherry at asukal sa isang maliit na kasirola at kumulo ng 5 minuto.

12. Ukrainian babbka

MGA INGREDIENTS:
- 1 pack Active dry yeast
- kurutin ang Asukal
- ¼ tasa ng maligamgam na tubig
- ½ tasa unsalted butter, natunaw
- ¼ tasa ng Asukal
- 1½ kutsarita ng Asin
- 2 kutsarita ng vanilla extract
- ½ kutsarita ng almond extract
- ¾ tasa ng mainit na gatas
- 3 Itlog
- 4 na tasang Hindi pinagpaputi na all-purpose na harina
- 2 kutsarang unsalted butter, para sa pagsisipilyo ng kuwarta
- 3 kutsarang Vanilla powdered sugar o powdered sugar
- 1½ tasa ng tuyong cottage cheese
- ⅓ tasa ng Asukal
- 1½ kutsarang Sour cream
- 1½ kutsarang harina
- 1 bawat Itlog
- 1 kutsarita ng lemon zest
- ½ kutsarita vanilla extract
- 3 kutsarang Currant
- 2 tablespoons Cognac para sa 1/2 oras

MGA TAGUBILIN:

a) Pagwiwisik ng lebadura at asukal sa maligamgam na tubig sa isang maliit na mangkok at pukawin upang matunaw. Hayaang tumayo hanggang mabula, mga 10 minuto. Sa isang malaking mangkok, pagsamahin ang mantikilya, asukal, asin, banilya, almond, gatas, itlog, at 1 tasang harina. Talunin hanggang makinis gamit ang isang whisk. Magdagdag ng yeast mixture. Talunin ng 3 minuto o hanggang makinis.

b) Magdagdag ng harina, ½ tasa sa isang pagkakataon na may kahoy na kutsara hanggang sa mabuo ang malambot na masa. Ilabas ang kuwarta sa ibabaw ng bahagyang harina at masahin hanggang makinis at malasutla, mga 5 minuto.

c) Siguraduhin na ang kuwarta ay nananatiling malambot. Ilagay sa isang mangkok na may mantika, paikutin nang isang beses para lagyan ng grasa ang tuktok, at takpan ng plastic wrap. Hayaang tumaas sa isang mainit na lugar hanggang sa dumoble, mga 1½ oras. Samantala pagsamahin ang pagpuno ng mga sangkap sa isang mangkok, talunin hanggang mag-atas. Dahan-dahang i-deflate ang kuwarta, ilabas sa isang board na may bahagyang floured at i-roll o i-pat sa isang 10 x 12-inch na parihaba.

d) Brush na may tinunaw na mantikilya. Ikalat na may pagpuno, na nag-iiwan ng ½ pulgadang hangganan sa paligid ng kuwarta. Roll up jelly roll fashion at kurutin seams. Hawakan ang isang dulo, i-twist ang kuwarta nang mga 6 hanggang 8 beses upang makagawa ng lubid.

e) Bumuo sa isang flat coil at ilagay sa isang well-greased 10 hanggang 12 cup mold o tube pan. Kurutin ang mga dulo nang magkasama at ayusin ang kuwarta upang humiga nang pantay sa kawali, hindi hihigit sa ⅔ puno.

f) Takpan ng maluwag na may plastic wrap at hayaang tumaas hanggang sa itaas ng kawali, mga 45 minuto. Maghurno sa isang preheated 350-degree F. oven sa loob ng 40 hanggang 45 minuto, o hanggang sa maging malinis ang ginintuang kayumanggi at isang cake tester. Magkakaroon ng guwang na tunog kapag tinapik. Hayaang tumayo ng 5 minuto sa kawali, pagkatapos ay ilipat mula sa baking pan sa isang rack upang ganap na lumamig.

g) Hayaang tumayo ng 4 na oras o magdamag, nakabalot sa plastic bago hiwain. Alikabok ng powdered sugar o drizzle powdered sugar glaze.

13. Mga atsara ng courgette

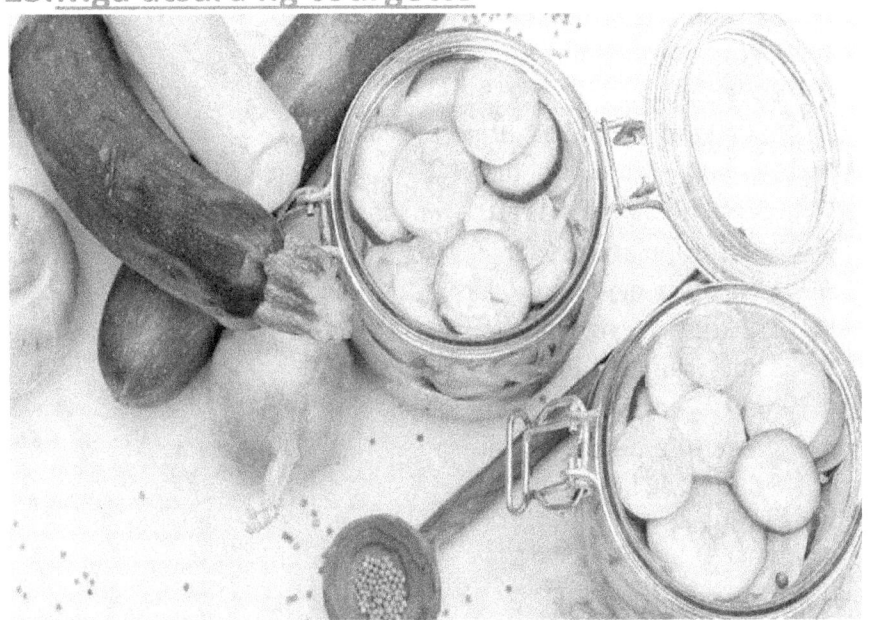

MGA INGREDIENTS:
- 3kg courgettes (pinaghalong dilaw at berde)
- 5 kutsarang asin
- 500g sibuyas
- 500g karot, ginutay-gutay
- 1kg pulang paminta, diced
- 250ml dobleng lakas (10%) suka
- 200g granulated sugar
- 1 kutsarita ng allspice berries
- 1/2 kutsarita ng giniling na sili
- 3 kutsarita ng puting buto ng mustasa
- 1 kutsarang black peppercorns
- 1 kutsarita buto ng kulantro
- 6 dahon ng bay
- mantika

MGA TAGUBILIN:
a) Hugasan nang maigi ang courgettes ngunit huwag balatan. Gamit ang isang vegetable peeler, gutayin o hiwain sa mahaba at manipis na piraso. Idagdag sa isang mixing bowl at timplahan ng 3 kutsarang asin. Pagsamahin ang lahat ng mga sangkap sa isang mangkok ng paghahalo at itabi sa loob ng 2 hanggang 3 oras.

b) Balatan at hiwain ang sibuyas, pagkatapos ay ilagay ito sa isang hiwalay na mangkok na may natitirang asin at pagsamahin ng mabuti. Maglaan ng 2 hanggang 3 oras para sa paghahanda.

c) Alisan ng tubig ang likido na natipon sa mga courgettes at sibuyas. Sa isang malaking mixing basin, pagsamahin ang courgette, sibuyas, ginutay-gutay na karot, at hiniwang paminta.

d) Pakuluan ang suka sa isang kasirola, pagkatapos ay idagdag ang asukal at pampalasa (maliban sa bay leaf). Habang mainit pa ang sarsa, ibuhos ito sa mga gulay. 3 oras ng marinating

e) I-sterilize ang mga garapon sa pamamagitan ng paglilipat ng mga gulay at likido sa mga ito. Isara ang mga garapon na may mga takip at magdagdag ng 1 dahon ng bay at 1 kutsarang mantika sa bawat isa.

f) Sa isang malaking palayok na nilagyan ng malinis na tuwalya ng tsaa, ilagay ang mga garapon at magdagdag ng sapat na mainit na tubig upang umakyat sa 3/4 ng daan sa mga gilid ng mga garapon.
g) Pakuluan, pagkatapos ay iproseso sa loob ng 20 hanggang 30 minuto sa kumukulong tubig na paliguan sa isang kawali na nilagyan ng malinis na tuwalya, na may mainit na tubig na umaabot sa 3/4 ng mga garapon.

14. Mabilis na adobo na pipino

MGA INGREDIENTS:
- 1/2 sibuyas, pinong tinadtad
- 75ml puting suka
- 100 g ng asukal sa caster
- 3/4 kutsarang asin
- 1 pipino, hugasan at hiniwa ng manipis

MGA TAGUBILIN:
a) Pagsamahin ang tinadtad na sibuyas, suka, asukal, at asin sa isang maliit na palanggana.
b) Palamigin nang hindi bababa sa 30 minuto bago ihain, ihagis sa hiniwang pipino.

15. Mga adobo na mushroom

MGA INGREDIENTS:
- 1.5kg maliliit na kabute
- 2 kutsarita ng asin
- 250ml 10% puting suka
- 750ml na tubig
- 1 sibuyas, hiniwa sa mga singsing
- 1 1/2 kutsarita ng asin
- 3 hanggang 4 na kutsarita ng asukal
- 10 black peppercorns
- 3 allspice berries
- 1 dahon ng bay

MGA TAGUBILIN:

a) Gamit ang tuyong tela, gupitin at linisin ang mga kabute. Magluto ng 30 minuto sa mahinang apoy pagkatapos ilipat sa isang kawali na may 2L tubig na kumukulo at 2 kutsarang asin.

b) Pagsamahin ang suka at 750ml na tubig sa isang mixing bowl. Pagsamahin ang sibuyas, 1 1/2 kutsarita ng asin, asukal, peppercorns, allspice, at bay leaf sa isang malaking mixing bowl. Pakuluan, pagkatapos ay bawasan sa mahinang apoy sa loob ng 5 minuto.

c) Ilagay ang mga nilutong mushroom sa isterilisadong maliliit na garapon pagkatapos matuyo. Isara nang mahigpit ang mga takip at takpan ng mainit na brine. Hayaang lumamig bago palamigin sa loob ng 3 hanggang 4 na linggo bago ihain.

16. Mga Tradisyunal na Donut

MGA INGREDIENTS:
- 2 pakete ng aktibong dry yeast (4 1/2 kutsarita)
- 1 1/2 tasa ng plant-based na gatas, mainit-init, mga 110 F
- 1/2 tasa ng butil na asukal
- 1/2 tasa ng coconut butter, sa temperatura ng kuwarto
- 1 kutsarang brandy o rum
- 1 kutsarita ng asin
- 4 1/2 hanggang 5 tasa ng all-purpose na harina
- 1-gallon vegetable oil, para sa deep-frying
- Mga 1/2 tasa ng granulated sugar, para sa rollin g
- Mga 1/2 tasa ng asukal sa mga confectioner, para sa rolling
- 1 tasa ng jam o fruit paste, para sa pagpuno, opsyonal

MGA TAGUBILIN:
a) Sa isang maliit na mangkok, i-dissolve ang lebadura sa mainit na gatas na nakabatay sa halaman. Itabi pagkatapos haluin para matunaw.
b) Pagsamahin ang asukal at coconut butter sa isang malaking mixing bowl o stand mixer na nilagyan ng paddle attachment hanggang mabula.
c) Talunin ang brandy o rum, pati na rin ang asin, hanggang sa mahusay na pinagsama.
d) Gamit ang paddle attachment, halili sa pagdaragdag ng 4 1/2 tasa ng harina at ang plant-based na milk-yeast mixture. Sa pamamagitan ng makina, talunin ng 5 minuto o mas matagal hanggang makinis, o sa pamamagitan ng kamay nang mas matagal.
e) Sa isang mangkok na may langis, ilagay ang kuwarta. Ibalik ang kawali sa mantikilya sa kabilang panig.
f) Takpan ang tuktok ng plastic wrap at hayaang tumaas ng 1 hanggang 2 1/2 na oras, o hanggang dumoble ang volume.
g) Flour isang bahagyang floured ibabaw at roll out ang kuwarta. Pat o gumulong sa kapal na 1/2 pulgada. Upang maiwasan ang pag-aaksaya, gumamit ng 3-pulgada na pamutol ng biskwit upang maghiwa-hiwalay ng mga bilog.

h) Bago magprito, takpan ang sheet na may basa-basa na tela at hayaang tumaas ang mga bilog hanggang sa doble sa masa, mga 30 minuto.
i) Init ang mantika sa isang malaking kawali o Dutch oven sa 350 degrees F. Maglagay ng ilang tumataas na donut sa mantika sa itaas na bahagi pababa (sa tuyong bahagi) at lutuin ng 2 hanggang 3 minuto, o hanggang sa maging golden brown ang ilalim.
j) I-flip ang mga ito at lutuin ng isa pang 1-2 minuto, o hanggang sa ginintuang kayumanggi. Siguraduhin na ang langis ay hindi masyadong mainit upang ang panlabas ay hindi kayumanggi bago makumpleto ang loob. Suriin ang isang cool na isa upang makita kung ito ay ganap na luto. Ang oras ng pagluluto at init ng langis ay dapat na naaayon.
k) Habang mainit pa, igulong sa granulated sugar. Kung nais mong punan ang mga ito, gumawa ng isang butas sa gilid ng donut at pisilin ang isang malaking piraso ng pagpuno na gusto mo dito gamit ang isang pastry bag. Pagkatapos ay iwiwisik ang butil na asukal, asukal sa mga confectioner, o isang icing glaze sa ibabaw ng napunong donut.

17. Mga pakpak ng anghel

MGA INGREDIENTS:
- 2 tasang harina
- 1 kutsarang asukal
- 1/4 kutsarita ng asin
- 3–5 kutsarang coconut cream
- 1 kutsarang espiritu
- 1/2 kutsarita ng vanilla
- 1 kutsarita ng citrus zest (opsyonal)
- Vegan mantika, para sa pagprito
- asukal sa pulbos, para sa pag-aalis ng alikabok

MGA TAGUBILIN:
a) Pagsamahin ang harina, asukal, at asin.
b) Pagsamahin ang 3 kutsarang cream, spirits, vanilla, at zest kung gagamitin ito sa isang hiwalay na mangkok.
c) Idagdag ang mga basang sangkap sa tuyo at haluin hanggang sa magsama-sama ang masa, magdagdag ng kaunti pang cream kung kinakailangan.
d) Pagulungin nang manipis hangga't maaari
e) Gupitin sa 1 x 4 na pulgadang mga piraso, na gumagawa ng hiwa sa gitna ng bawat strip .
f) Hilahin ang isang dulo sa hiwa upang makagawa ng isang baluktot na hitsura
g) Painitin muna ang mantika sa 350°F.
h) Magprito sa mga batch hanggang sa ginintuang kayumanggi, i-flip upang iprito ang magkabilang panig. Patuyuin sa mga tuwalya ng papel.
i) Ibuhos ang powdered sugar sa itaas.

18. Ukrainian Pizza

MGA INGREDIENTS:
- 1 kutsarita ng coconut butter
- ½ sibuyas, diced
- 1 (4 oz.) lata na hiniwang mushroom, pinatuyo
- Asin at paminta para lumasa)
- ½ French baguette, hinati nang pahaba
- 1 c pataas na vegan cheese
- Ketchup (sa itaas)

MGA TAGUBILIN:
a) Painitin ang oven sa 400 degrees Fahrenheit.
b) Mag-init ng mantika sa isang malaking nonstick frying pan. Igisa ang mga sibuyas at mushroom sa loob ng 5 minuto, o hanggang lumambot. Timplahan ng asin at paminta ayon sa panlasa.
c) Sa isang baking sheet, ayusin ang mga bahagi ng baguette (o mga hiwa ng tinapay). Idagdag ang mushroom mixture at vegan cheese sa itaas.
d) Maghurno ng 10 minuto, o hanggang sa maging golden brown at matunaw ang vegan cheese.
e) Ihain na may kasamang ketchup sa gilid.

19. Vegan Pierogi Bites

MGA INGREDIENTS:
- 14 na hiwa ng vegan bacon, gupitin sa kalahati
- 12-ounce na mini potato pierogies, lasaw
- 1/4 tasa light brown sugar

MGA TAGUBILIN:

a) Painitin muna ang oven sa 400°F. Gamit ang cooking spray, balutin ang isang rimmed baking sheet.

b) I-wrap ang vegan bacon sa gitna ng bawat pierogi at ilagay sa baking sheet. Ang brown sugar ay dapat na pantay na ipinamamahagi.

c) Maghurno ng 18 hanggang 20 minuto sa 350°F.

20. Baguette na may Mushrooms

MGA INGREDIENTS:
- 1 baguette
- 10 oz. (300g) na butones na kabute
- 1 maliit na sibuyas
- 5 oz. (150g) vegan cheese
- 1 kutsarang canola oil (para sa pagprito)
- 2 kutsarang tomato ketchup

MGA TAGUBILIN:
a) Painitin muna ang oven sa 400 degrees Fahrenheit .
b) Gupitin sa haba ang baguette. I-scoop ito ng kaunti pa.
c) Hugasan, tuyo, at hiwain ang mga kabute sa maliliit na piraso.
d) Gupitin ang sibuyas sa maliliit na piraso pagkatapos itong balatan.
e) Painitin muna ang kawali at ilagay ang mantika. Sa loob ng 7-10 minuto, igisa ang tinadtad na sibuyas at mushroom. Asin at paminta para lumasa.
f) Ihanda ang vegan na keso sa pamamagitan ng paggiling nito.
g) Ilagay ang pritong sibuyas at mushroom sa mga baguette. Takpan ng vegan cheese na ginutay-gutay.
h) Painitin muna ang hurno sa 350°F at maghurno hanggang sa ginintuang kayumanggi (tinatayang 8-10 minuto).

21. Vegan Cheese Buns

MGA INGREDIENTS:
DOUGH
- 4 na tasa ng all-purpose na harina
- 2 pakete ng instant dry yeast (5 kutsarita)/ o 9-10 kutsarita ng sariwang yeast
- 1/3 tasa ng asukal
- 1/3 tasa ng coconut butter
- 1/2 kutsarita ng asin

PAGPUPUNO
- 2 tasa ng vegan cheese
- 1/3 tasa ng coconut butter
- 1/2 tasa ng powdered sugar
- mga pasas

MGA TAGUBILIN:
GUMAWA NG DOUGH
a) Pagsamahin ang harina, instant dry yeast, asukal, at asin sa isang mixing bowl. Ibuhos ang tinunaw na coconut butter.
b) Kung gumagamit ng sariwang lebadura, pagsamahin muna ito sa asukal at kaunting sariwang gatas na nakabatay sa halaman. Pagkatapos nito, pagsamahin ang lahat ng natitirang sangkap.
c) Masahin ang masa. Punan ang isang malaking mangkok ng paghahalo sa kalahati ng harina. Ilagay ang kuwarta sa mangkok, takpan ng tuwalya sa kusina o tela, at panatilihin itong mainit-init.
d) Hintaying dumoble ang laki ng masa, mga 1-1,5 na oras.

GUMAWA NG FILLING
e) Paghaluin ang lahat ng mga sangkap ng pagpuno nang sama-sama.
f) Lagyan ng baking paper ang dalawang kawali.
g) Hatiin ang kuwarta sa 10-12 piraso kapag handa na ito.
h) Ilagay ang mga bilog na tinapay sa mga kawali pagkatapos mabuo ang mga ito.
i) C sa ibabaw ng mga kawali gamit ang isang tuwalya/tela sa kusina at itabi ang mga ito sa isang mainit na lugar para sa isa pang 40 minuto.

j) Painitin muna ang hurno sa 392 degrees Fahrenheit (200 degrees Celsius).
k) Pagkatapos ng 40 minuto, gumawa ng mga dimples sa mga bun na may kaunting baso.
l) Sa loob ng dimples, ilagay ang custard.
m) Budburan ang mga pasas sa ibabaw ng bawat bun kung ginagamit mo ang mga ito.
n) Painitin muli ang oven sa 350°F at maghurno ng 15 minuto.

22. Hanky Panky

MGA INGREDIENTS:
- 1 ¼ lbs. lupa seitan
- 1-pound vegan na keso
- 1 kutsaritang giniling na oregano
- 1 kutsarita ng bawang pulbos
- ½ kutsarita ng dinurog na pulang paminta
- 1 kurot na buto ng haras
- 1 loaf party rye bread kung minsan ay tinatawag na cocktail rye bread

MGA TAGUBILIN:
a) Painitin muna ang oven sa 400°F.
b) Sa isang malaking kawali sa medium-high heat, idagdag ang ground seitan. Magluto, patuloy na pagpapakilos, hanggang sa browned.
c) Magdagdag ng oregano, pulbos ng bawang, durog na pulang paminta, at mga buto ng haras sa pinaghalong.
d) I-cube ang keso at ihalo ito sa pinaghalong seitan. Haluin hanggang ang keso ay matunaw at ang timpla ay maayos na pinagsama.
e) Magdagdag ng isang maliit na piraso ng seitan at cheese mixture sa bawat piraso ng tinapay na may maliit na ice-cream scoop (mga 114 pulgada ang lapad) o isang kutsara.
f) Maghurno ng 8-10 minuto, o hanggang sa ang tinapay ay toasted at ang topping ay bumubula, sa isang cookie sheet.
g) Ihain sa temperatura ng kuwarto o mainit-init.

23. Mushroom Buckwheat Bowl

MGA INGREDIENTS:
- 2 sibuyas
- 1 karot
- 2 sibuyas ng bawang
- 45g coconut butter
- 150g button mushroom
- 150g ng bakwit
- 1 dahon ng bay
- 1 stock cube ng gulay
- Isang dakot ng dill, dahon lamang
- 50g rocket
- 150g yogurt na nakabatay sa halaman
- Asin sa dagat
- Bagong giniling na paminta
- 1 kutsarita ng langis ng oliba
- 400ml tubig na kumukulo

MGA TAGUBILIN:

a) Gupitin ang mga sibuyas sa pinong hiwa pagkatapos balatan. Ang mga karot ay dapat na peeled at makinis na tinadtad. Ang bawang ay dapat alisan ng balat at lagyan ng rehas o durog.

b) Idagdag ang mga sibuyas, coconut butter, at isang dampi ng asin at paminta sa kawali. Lutuin at haluin sa loob ng 5-8 minuto, o hanggang ang sibuyas ay malabo at malalim na ginintuang kulay — bawasan ang apoy kung ito ay sobrang browning o masyadong mabilis.

c) Idagdag ang mga karot, bawang, at mushroom sa kawali at ihalo upang pagsamahin. Magluto ng 5 minuto, pagpapakilos paminsan-minsan, hanggang sa basa ang mga kabute.

d) Idagdag ang bakwit at bay leaf at ihalo upang pagsamahin. Sa stock cube, gumuho. Ibuhos ang 400ml na tubig na kumukulo sa palayok.

e) Kumulo sa loob ng 12-15 minuto, o hanggang sa sumingaw ang tubig at malambot na ang bakwit ngunit matatag pa rin.

f) Kunin ang malambot na mga dahon sa mga sanga ng dill at tinadtad ang mga ito habang kumukulo ang bakwit. I-chop ang rocket sa maliliit na piraso.
g) Tikman ang bakwit at timplahan ng kaunting asin o paminta kung gusto. Ihagis ang karamihan ng dill at rocket gamit ang isang tinidor. Punan ang pinainit na mga mangkok sa kalahati ng bakwit.
h) Palamutihan ng kutsarang puno ng yogurt na nakabatay sa halaman at ang natitirang rocket at dill.

24.S low roasted leeks

MGA INGREDIENTS:
- 4 na sibuyas
- ¼ tasa ng langis ng oliba
- 1 kutsarang asin sa dagat

MGA TAGUBILIN:

a) Ihagis ang mga leeks na may langis ng oliba at asin sa isang malaking palanggana ng paghahalo hanggang sa mahusay na pinahiran. Ilagay ang mga leeks na hiniwa sa gilid sa isang inihandang baking sheet.

b) Maingat na balutin ang baking sheet sa foil - hindi ito kailangang ganap na selyado, ngunit dapat itong masikip hangga't maaari. Ibalik ang baking sheet sa oven at ibaba ang temperatura sa 300 degrees.

c) Maghurno ng 15 hanggang 30 minuto, o hanggang malambot ang leeks. Alisin ang sheet mula sa oven at ibalik ang mga leeks. Ibalik sa oven, itaas ang temperatura sa 400°F, at maghurno ng 15-20 minuto, o hanggang sa malutong at ginintuang kayumanggi.

25. Mausok na sibuyas at buto ng poppy b read roll

MGA INGREDIENTS:
- sibuyas 1 malaki, binalatan at hiniwa ng makapal
- aktibong pinatuyong lebadura 1 kutsarita
- malakas na puting tinapay na harina 300g
- plain flour 175g, at higit pa para sa pag-aalis ng alikabok
- asin sa dagat 1½ kutsarita
- plain na harina 50g
- aktibong pinatuyong lebadura ½ kutsarita
- langis ng oliba 1 kutsara
- pinausukang sea salt ¼ kutsarita
- matamis na pinausukang paprika ¼ kutsarita
- poppy seeds 1 kutsarita, kasama ang isang kurot na dagdag para sa pagwiwisik
- sesame seeds ng ilang kurot

MGA TAGUBILIN:
a) Sa isang mixing dish, pagsamahin ang harina at lebadura na may 50ml na maligamgam na tubig, pagkatapos ay takpan ng cling film at itabi sa magdamag.
b) Simulan ang kuwarta sa susunod na araw sa pamamagitan ng paglalagay ng sibuyas sa isang maliit na kawali na may 150ml na tubig. Painitin ang tubig hanggang sa magsimula itong magbula, pagkatapos ay alisin ito sa apoy.
c) Alisin mula sa oven at itabi upang palamig sa temperatura ng kuwarto. Ibuhos ang tubig sa isang panukat na pitsel at siguraduhing ito ay 150ml; kung hindi, dagdagan pa. Itabi ang mga sibuyas para sa ibang pagkakataon.
d) Samantala, pagsamahin ang yeast at 100ml na maligamgam na tubig sa isang mixing bowl at itabi sa loob ng 10-15 minuto, o hanggang mabula.
e) Ibuhos ang mga harina sa isang stand mixer na nilagyan ng dough hook, at idagdag ang starter at tubig ng sibuyas kapag bumula na ang yeast mixture.
f) Simulan ang paghahalo sa mababang bilis upang pagsamahin ang kuwarta, pagkatapos ay dagdagan sa katamtamang bilis at masahin ang kuwarta sa loob ng 5 minuto.

g) Masahin ng isa pang minuto pagkatapos magdagdag ng asin.
h) masahin para sa 10-15 minuto sa isang lightly floured work surface gamit ang iyong mga kamay). Hayaang dumoble ang laki ng kuwarta sa isang mainit-init na kapaligiran nang hanggang 2 oras, na natatakpan ng may langis na cling film.
i) Push ang kuwarta ng ilang beses upang mapatumba ito pabalik, pagkatapos ay i-cut ito sa 8 pantay na piraso.
j) Pagulungin ang kuwarta sa mga patag na bilog, butasin ang gitna upang magbigay ng sawsaw para sa pagpuno, at ilagay sa isang floured baking sheet.
k) Kapag kumpleto na ang lahat ng mga hugis, takpan nang maluwag ng cling film o isang basang tuwalya ng tsaa. Pahintulutan ng isa pang 20 minuto ng pagtaas ng oras hanggang sa mabukol at mabilog.
l) Gawin ang pagpuno habang tumataas ang masa. Hiwain ng pino ang blanched na sibuyas at ilagay ito sa isang maliit na kawali na may mantika. Magprito hanggang matunaw at maging ginintuang, pagkatapos ay idagdag ang pinausukang sea salt at paprika, patuloy na pagpapakilos. Magluto ng ilang minuto, pagkatapos ay idagdag ang mga buto ng poppy at isang kurot ng itim na paminta. Malamig
m) Painitin muna ang hurno sa 220 degrees Celsius/bentilador 200 degrees Celsius/gas 7. Kapag ang mga rolyo ay handa nang i-bake, ilagay ang humigit-kumulang 1 kutsarang sibuyas sa gitna ng bawat isa at itaas na may mga buto ng poppy at mga linga.
n) Maglagay ng nakabaligtad na malalim na lata sa ibabaw ng mga rolyo at maglagay ng ovenproof na timbang sa itaas - isang malaking baking dish o kahit isang bloke.
o) Maghurno ng 15 minuto, pagkatapos ay alisin ang lata at ipagpatuloy ang pagluluto para sa isa pang 5-8 minuto, hanggang ang mga rolyo ay malambot na ginintuang.

26. Coconut Donut

MGA INGREDIENTS:
- 1 1/3 tasa ng niyog na nakabatay sa gatas
- 1/3 tasa ng asukal
- 2 tambak na kutsarita ng lebadura
- 1/2 kutsarita ng asin
- 1 kutsarita ng vanilla
- Ilang shake ng nutmeg at cardamom (opsyonal)
- 2 3/4 tasa ng all-purpose na harina

MGA TAGUBILIN:
a) Sa isang malaking mangkok ng paghahalo, pagsamahin ang lahat ng mga sangkap maliban sa harina.
b) Masahin lamang ang kuwarta upang pagsamahin ito.
c) Takpan ang mangkok na may plastic wrap at hayaang tumaas ng 2 oras o hanggang dumoble.
d) - dahang ilagay ang kuwarta sa isang tabla na may harina. Gupitin sa mga bilog pagkatapos gumulong sa kapal na 1/2 pulgada.
e) Ilagay ang mga donut sa isang cookie sheet na may parchment na nilagyan ng harina. Takpan ng plastic wrap at magtabi ng isa pang oras o higit pa para tumaas.
f) Sa iyong deep fryer, magpainit ng ilang langis ng gulay.
g) Magprito ng 2-3 minuto bawat gilid, pagkatapos ay patuyuin sa mga tuwalya ng papel upang lumamig bago punan.
h) Gamit ang pastry bag at piping tip, punuin ng jam o custard at igulong sa powdered o granulated sugar. Enjoy!

27.Kohlrabi Schnitzel

MGA INGREDIENTS:
- 1 malaking kohlrabi
- mantika sa pagprito
- 1/4 tasa ng all-purpose na harina
- 1/2 tasa ng tubig
- 1/2 kutsarita ng paprika powder
- 1/2 kutsarita ng asin

TINAPAY
- 1/3 tasa ng mumo ng tinapay
- 1/2 kutsarita ng asin
- 1/2 kutsarita ng paprika powder
- 1 kutsarita na durog na buto ng kalabasa (opsyonal)
- 1 kutsarita sesame seeds (opsyonal)

MGA TAGUBILIN:

a) Hugasan ang kohlrabi at alisin ang anumang natitirang mga dahon. Ang kohlrabi ay dapat hiwain sa 4-6 na hiwa (humigit-kumulang 1/3 pulgada ang kapal). Gamit ang isang vegetable peeler, alisin ang panlabas na layer.

b) Pakuluan ang tubig sa isang malaking palayok at idagdag ang mga hiwa ng kohlrabi. Pahintulutan ng 10 minutong oras ng pagluluto. Sa gitna, dapat silang magsimulang maging translucent. Pagkatapos ay alisan ng tubig ang mga ito, patuyuin ang mga ito gamit ang mga tuwalya ng papel, at ilagay ang mga ito upang palamig.

c) Pagsamahin ang mga breading ingredients sa isang hiwalay na mangkok.

d) Pahiran ang mga hiwa ng kohlrabi sa breading kapag malamig na ang mga ito upang mahawakan.

e) Init ang mantika sa isang malaking kawali (sapat na upang takpan ang ilalim) at idagdag ang breaded Kohlrabi Schnitzel. Magluto ng halos 5 minuto bawat panig sa medium-high heat. Sa magkabilang panig, dapat silang maging gingintuang at malutong.

f) Ilagay ang mga ito sa isang tuwalya ng papel upang sumipsip ng labis na mantika pagkatapos magprito at magsaya!

28. Mga pancake na may lebadura

MGA INGREDIENTS:
- 225 g all-purpose na harina
- 240 ML ng mainit na gatas na nakabatay sa halaman
- 1⅙ kutsarita ng mabilis na pagkilos na yeast tinatayang. 4 g
- 1 kutsarang asukal
- Kurot ng asin
- 5 kutsarang langis ng gulay
- Para sa compote
- 1.5 tasa sariwa o frozen na berries
- 1 kutsarang maple syrup
- ¼ kutsarita ng vanilla bean paste o katas

MGA TAGUBILIN:
a) Painitin muna ang oven sa pinakamababang setting na posible.
b) Sa isang malaking mangkok ng paghahalo, haluin ang lebadura at asukal sa mainit na gatas na nakabatay sa halaman sa loob ng mga 30 segundo.
c) Ibuhos ang harina, magdagdag ng isang pakurot ng asin at pukawin ng 2-3 minuto. Takpan ang mangkok gamit ang isang tela at ilagay sa gitna ng oven sa loob ng 50-60 minuto hanggang sa doble ang laki.
d) Mag-init ng 1-2 kutsarita ng mantika sa isang malaking kawali, pagkatapos ay bawasan ang apoy at ihulog ang isang kutsarang puno ng batter sa kawali (nang hindi masikip). Ang batter ay magiging malagkit.
e) Iprito ang mga pancake nang humigit-kumulang 212 minuto sa bawat panig sa mahinang apoy. Ihain kaagad.
f) Upang ihanda ang fruit compote, pagsamahin ang prutas, maple syrup, at vanilla sa isang kasirola at lutuin ng 5 minuto sa katamtamang init, o hanggang sa lumambot ang prutas at magsimulang maglabas ng katas.

29. Appetizer na may Plum

MGA INGREDIENTS:
- 10 (350 g) p otatoes na niluto, pinalamig at binalatan
- 1/2 tasa ng harina ng oat
- 1/4 tasa Apple sauce
- 12-14 o 7-8 Plum

MGA TAGUBILIN:
a) Lutuin ang mga patatas at itakda ang mga ito upang palamig.
b) Kung gumagamit ng malalaking plum, gupitin ang mga ito sa kalahati.
c) Gamit ang potato ricer, iproseso ang patatas.
d) Masahin ang patatas na bigas, harina ng oat, at sarsa ng mansanas hanggang sa mabuo ang isang matibay na masa.
e) Igulong ang kuwarta sa isang patag na ibabaw at gupitin ito sa 12-14 na pantay na laki ng mga bilog na piraso.
f) Para sa maliliit na bilog, igulong ang kuwarta.
g) I-seal ang bawat bilog sa pamamagitan ng paglalagay ng kalahating plum/plum sa gitna.
h) Sa isang malaking palayok, pakuluan ang tubig.
i) Magluto ng humigit-kumulang 5 minuto kapag naabot na nila ang ibabaw ng tubig.

30. Vegan Crepes na may Plum Butter

MGA INGREDIENTS:
- 355ml lata ng club soda
- 1.5 tasa ng halaman-gatas
- 2 kutsarang canola oil
- 2 tasa ng AP na harina
- kurot ng asin
- langis para sa pagpapadulas ng kawali
- plum butter para sa pagpuno (o jam)

MGA TAGUBILIN:
a) Sa isang mangkok ng paghahalo, haluin ang lahat ng mga sangkap.
b) Painitin muna ang kawali sa mataas na apoy sa loob ng 2-4 minuto, o hanggang napakainit. Bawasan ang init sa katamtamang mataas pagkatapos ng bahagya na pagsisipilyo ng kawali na may mantika.
c) Ibuhos ang isang manipis na layer ng batter sa kawali at ikalat ito nang pantay-pantay sa ilalim. I-flip ang crepe sa sandaling magsimulang mag-alis ang mga gilid mula sa kawali at magluto ng isa o dalawang minuto.
d) Ilipat ang crepes sa isang plato at itabi upang palamig ng ilang minuto. Takpan ang mga ito ng isang maliit na halaga ng plum butter o jam na iyong pinili at i-roll o tiklupin ang mga ito sa isang tatsulok.

SOUPS AT SALADS

31. Ukraine-style na beet na sopas

MGA INGREDIENTS:
- 4 medium na kamatis
- 4 na kutsarang Mantikilya
- 1 tasa sibuyas; pinong tinadtad
- 2 sibuyas ng bawang, binalatan; pinong tinadtad
- 1 pounds Beets, trimmed ng mga dahon, peeled, coarsely gadgad
- ½ ugat ng kintsay, binalatan; magaspang na gadgad
- 1 ugat ng perehil, binalatan; magaspang na gadgad
- 1 Parsnip, binalatan; magaspang na gadgad
- ½ kutsarita ng Asukal
- ¼ tasa ng red wine vinegar
- 1 kutsarang Asin
- 2 quarts stock ng baka, sariwa o de-latang
- 1 pounds Mga patatas na kumukulo, binalatan; gupitin sa 1 1/2-pulgada na tipak
- 1 libra Repolyo, may ubod; magaspang na pinutol
- 1 libra Pinakuluang brisket, o 1 lb. pinakuluang ham, hiniwa sa 1-pulgadang tipak
- 3 kutsarang Parsley; pinong tinadtad
- ½ pint Sour cream

MGA TAGUBILIN:
a) Ibuhos ang mga kamatis sa kumukulong tubig sa loob ng 15 segundo. Patakbuhin ang mga ito sa ilalim ng malamig na tubig at alisan ng balat. Gupitin ang tangkay, pagkatapos ay hatiin ang mga ito sa kalahating crosswise.
b) Dahan-dahang pisilin ang mga kalahati upang maalis ang mga katas at buto pagkatapos ay i-chop ang mga ito ng magaspang at itabi.
c) Sa isang 10- hanggang 12-pulgadang kawali o kaserol, tunawin ang mantikilya sa katamtamang init, Idagdag ang mga sibuyas at bawang at, madalas na pagpapakilos, lutuin ng 6 hanggang 8 minuto, o hanggang sa sila ay malambot at bahagyang kulay. Haluin ang beets, celery root, parsley root, parsnip, kalahati ng mga kamatis, asukal, suka, asin at 1½ tasa ng stock. Pakuluan sa

mataas na apoy, pagkatapos ay bahagyang takpan ang kaldero at babaan ang apoy. Pakuluan ng 40 minuto.

d) Samantala, ibuhos ang natitirang stock sa isang 6- 8-qt na kaserol at idagdag ang patatas at repolyo. Pakuluan, pagkatapos ay pakuluan ang bahagyang natatakpan sa loob ng 20 minuto, o hanggang sa lumambot ang patatas ngunit hindi nalalagas.

e) Kapag naluto na ang pinaghalong gulay sa inilaang oras, idagdag ito sa kaserol kasama ang natitirang mga kamatis at ang karne. Pakuluan ang bahagyang sakop sa loob ng 10 hanggang 15 minuto, hanggang sa pinainit ang borscht.

f) Panlasa para sa pampalasa. Ibuhos sa isang tureen, budburan ng perehil at ihain na sinamahan ng kulay-gatas.

32. Ukrainian cucumber at lemon borscht

MGA INGREDIENTS:
- 4 na tasa Binalatan, may binhing mga pipino --
- Tinadtad nang magaspang
- Juice ng 2 maliit na lemon
- 1 kutsarita Herbal salt substitute o
- Asin sa dagat
- 1 kutsarang Honey
- 1 tasa na walang taba na plain yogurt
- 1 tasang Spring water
- 1 tasang minced turkey ham
- 1 malaking kamatis -- tinadtad
- Herbal salt substitute at
- Puting paminta -- sa panlasa
- Mga sariwang dill sprigs at maasim
- Cream -- para sa palamuti

MGA TAGUBILIN:
a) Ilagay ang mga pipino, lemon juice, kapalit ng asin, pulot, yogurt, at tubig sa isang blender at katas hanggang sa napakakinis. Magdagdag ng tinadtad na hamon. Ibuhos ang sopas sa isang malaking mangkok, takpan ng plastic wrap, at palamigin magdamag (8 hanggang 12 oras).

b) Sa umaga, katas ng kamatis at idagdag sa sopas. Tikman para sa mga seasonings at magdagdag ng higit pang asin at paminta kung kinakailangan.

c) Ihain ang sopas sa mga pinalamig na mangkok na may palamuti ng sariwang dill at isang piraso ng kulay-gatas.

33.Sour Pickle Soup

MGA INGREDIENTS:
- 6 tasang sabaw ng gulay
- 1 ½ tasang ginutay-gutay na karot
- ½ tasang diced celery
- 1 tasa ng peeled sariwang patatas, diced
- 1 tasa ng bawang o dill pickles, ginutay-gutay
- Flour, kung kinakailangan (mga ¼ tasa)

MGA TAGUBILIN:

a) Sa isang malaking kasirola, dalhin ang sabaw sa mabilis na pigsa, pagkatapos ay bawasan ang init sa mababang at hayaang kumulo. Pakuluan ng 15 minuto kasama ang mga karot, kintsay, at patatas.

b) Pakuluan ng 30 minuto, o hanggang maluto ang patatas, magdagdag ng mga atsara kung kinakailangan. Kung gusto mo ng mas makapal na sopas, gumawa ng paste na may pantay na bahagi ng harina at tubig.

c) Dahan-dahang ibuhos ang gatas, patuloy na pagpapakilos, hanggang sa bahagyang lumapot ang sopas.

34. Borscht

MGA INGREDIENTS:
- 2 bunches beets na may mga gulay (mga 8-9 medium beets)
- ½ tasang tinadtad na sibuyas
- 1-pound na latang nilagang kamatis
- 3 kutsarang sariwang lemon juice
- ⅓ tasa ng vegan granulated sweetener

MGA TAGUBILIN:
a) Kuskusin at linisin ang mga beets, ngunit iwanan ang mga balat. Panatilihing ligtas ang mga gulay. Sa isang malaking palayok, pagsamahin ang mga beets, sibuyas, at 3 litrong tubig.
b) Magluto ng isang oras, o hanggang ang mga beet ay sobrang malambot. Alisin ang mga beets mula sa tubig, ngunit HUWAG ITAPON ANG TUBIG. Ihagis ang mga sibuyas.
c) Ibalik ang mga beets sa tubig pagkatapos ng makinis na pagpuputol sa kanila. Ang mga gulay ay dapat hugasan at tinadtad bago idagdag sa tubig. Pagsamahin ang mga kamatis, lemon juice, at sweetener sa isang mixing bowl. Magluto ng 30 minuto sa katamtamang init, o hanggang malambot ang mga gulay.
d) Bago ihain, palamigin nang hindi bababa sa 2 oras.

35. Strawberry / Blueberry Soup

MGA INGREDIENTS:
- 1 libra sariwang strawberry o blueberries, nilinis na mabuti
- 1 ¼ tasa ng tubig
- 3 kutsarang vegan granulated sweetener
- 1 kutsarang sariwang lemon juice
- ½ tasang toyo o rice coffee creamer
- Opsyonal: 2 tasang niluto, pinalamig na pansit

MGA TAGUBILIN:
a) Sa isang katamtamang palayok, pagsamahin ang prutas sa tubig at init sa isang mabilis na pigsa.
b) Bawasan ang apoy sa mahina, takpan, at lutuin ng 20 minuto, o hanggang sa malambot na ang prutas.
c) Haluin sa isang blender hanggang makinis. Ibalik ang purée sa palayok at ihalo ang asukal, lemon juice, at creamer. Hayaang kumulo ng 5 minuto pagkatapos haluin.
d) Bago ihain, palamigin ang sopas nang hindi bababa sa 2 oras.
e) Ang sopas na ito ay tradisyonal na inihahain nang mag-isa o may malamig na pansit.

36. Sabaw ng repolyo

MGA INGREDIENTS:
- 2 kutsarang margarin
- 2 tasang ginutay-gutay na berdeng repolyo
- ½ kutsarita ng itim na paminta
- 3 tasang tubig
- 2 tasang binalatan at hiniwang patatas
- ½ tasa tinadtad na sariwang kamatis

MGA TAGUBILIN:
a) Sa isang sopas pot, matunaw ang margarine.
b) Idagdag ang repolyo at paminta at lutuin ng humigit-kumulang 7 minuto, o hanggang sa magkulay brown ang repolyo.
c) Ihagis ang patatas, kamatis, at tubig; takpan at pakuluan ng 20 minuto, o hanggang maluto ang patatas.

37. Sweet and Sour Red Cabbage

MGA INGREDIENTS:
- 3 tasang ginutay-gutay na pulang repolyo
- ½ tasang binalatan at tinadtad na maasim na mansanas, tulad ng Granny Smith
- 2 tasang tubig na kumukulo
- 1 kutsarang apple juice concentrate
- ½ kutsarita ng ground allspice
- 4 na kutsarang suka

MGA TAGUBILIN:
a) Sa isang malaking palayok, pagsamahin ang lahat ng mga sangkap.
b) Pakuluan nang mabilis, pagkatapos ay bawasan ang init sa mababang at lutuin hanggang sa malambot ang repolyo, mga 20 minuto.

38. ni B ang pulang repolyo na may mga raspberry

MGA INGREDIENTS:
- 6 tasa ng manipis na hiniwang pulang repolyo
- 8 oz. / 225 g ng sariwa o frozen na raspberry
- 4 na kutsara ng coconut butter
- 3 kutsara ng all-purpose na harina
- 6 juniper berries
- 1/4 kutsarita ng ground allspice
- 6-8 peppercorns buo
- 2 dahon ng bay
- 2 kutsarang suka
- 1 1/2 tasa ng tubig + isa pang 1/2 kung kinakailangan
- 1/2 tasa ng dry red wine
- Asin at asukal sa panlasa

MGA TAGUBILIN:

a) Hatiin ng manipis ang repolyo (gumamit ng food processor para sa pantay at manipis na hiwa).

b) Sa isang malaking kasirola, tunawin ang coconut butter. Idagdag ang juniper berries, spices, peppercorns, at bay leaves habang natutunaw ang coconut butter. Kapag ganap na itong natunaw, idagdag ang harina at haluin hanggang makinis.

c) Ihagis ang repolyo, raspberry, suka, red wine, 1 1/2 tasa ng tubig, at 1 kutsarita ng asin. Gumalaw nang lubusan, takpan, at kumulo ng halos 10 minuto sa katamtamang mababang.

d) Tikman pagkatapos haluin. Kung ang sarsa ay hindi sapat na matamis, magdagdag ng 1 kutsarita ng asukal at ayusin ang asin kung kinakailangan.

e) Magluto ng isa pang 10-20 minuto, o hanggang sa matunaw ang mga lasa.

39. Gulay na sopas

MGA INGREDIENTS:
- sopas na gulay (2 karot, ½ ugat ng kintsay, 1 leek, sariwang perehil)
- 1 tasa (100 g) cauliflower florets
- ½ tasa (50 g) lutong mais
- asin at paminta
- opsyonal: bouillon cube, sibuyas

MGA TAGUBILIN:
a) Pakuluan ang 2 litro (2 litro) ng tubig sa isang malaking palayok.
b) Gupitin ang mga carrots, celery root, at leek sa 1/4-inch (6 mm) na hiwa. Bawasan ang apoy sa mababang at idagdag ang hiniwang gulay, cauliflower florets, at mais sa kumukulong tubig.
c) Timplahan ng asin at paminta sa panlasa, at kumulo ng halos 40 minuto sa katamtamang init.
d) Palamutihan ng parsley florets na diced.

40. Sabaw ng kamatis

MGA INGREDIENTS:
- 2-quart na sabaw
- 2 kutsarang coconut cream
- 1 kutsarang harina
- 5 oz. (150 ml) tomato paste
- asin at paminta
- Dill

MGA TAGUBILIN:

a) Salain ang sabaw na gawa sa sopas na gulay (2 karot, 12 sibuyas, 12 ugat ng kintsay, 1 leek, maraming tangkay ng parsley) at panatilihin ang likido.

b) Paghaluin ang coconut cream sa harina, pagkatapos ay idagdag ito sa sabaw kasama ang tomato paste.

c) Pakuluan sa mataas na apoy, timplahan ng asin at paminta, at palamutihan ng dill.

d) Para mas mabusog ang sopas, maaari kang magdagdag ng kanin o pansit.

41. Atsara na sopas

MGA INGREDIENTS:
- 3 patatas
- 1 bouillon cube
- 1 kutsarang coconut butter
- 2 malalaking atsara, pinong tinadtad
- 1 tasa (250 ml) atsara juice
- 2 kutsarang coconut cream
- 1 kutsarang harina
- asin
- Dill

MGA TAGUBILIN:

a) Balatan at gupitin ang mga patatas sa kalahating pulgada (1.3 cm) na mga cube, pagkatapos ay pakuluan ang mga ito kasama ng bouillon cube at coconut butter sa 2 quarts (2 l) ng tubig.

b) Idagdag ang pinong hiniwang atsara at atsara juice pagkatapos ng mga 20 minuto, kapag nagsimulang lumambot ang patatas.

c) Pagsamahin ang coconut cream at harina sa isang hiwalay na mangkok, pagkatapos ay unti-unting magdagdag ng 3 kutsara ng sabaw na kumukulo sa init. Pagkatapos ay ibalik ang pinaghalong sa sopas at dalhin ito pabalik sa isang pigsa.

d) Magdagdag ng asin at diced dill ayon sa panlasa (ngunit tikman muna ang sopas upang matiyak na ang katas ng atsara ay hindi masyadong matapang).

e) Maaaring gamitin ang bigas bilang kapalit ng patatas. Kapag tapos na ang sopas, laktawan ang hakbang 1 at magdagdag ng 3 tasa ng nilutong bigas.

42. Maasim na sopas ng rye

MGA INGREDIENTS:
- 2 qt. sabaw
- 2 tasang pinaasim na harina ng rye
- 2 kutsarang harina
- asin
- 2 sibuyas ng bawang
- opsyonal: mushroom

MGA TAGUBILIN:

a) Pakuluan ang mga gulay na sabaw sa 2 litro ng tubig para maging sabaw. Maaari ka ring magdagdag ng ilang tinadtad na mushroom kung ninanais.

b) Patakbuhin ang sopas sa pamamagitan ng isang salaan, ireserba ang likido, at idagdag ang halo at harina sa sabaw kapag malambot na ang mga gulay (humigit-kumulang 40 minuto).

c) Maaari mong timplahan ng asin ang lasa.

d) Idagdag ang bawang sa sabaw, pinong gadgad o diced.

43. Pinalamig na sopas ng beet

MGA INGREDIENTS:
- 1 bungkos ng beets
- 1 pipino
- 3–5 labanos
- dill
- chives
- 1-quart plain plant-based yogurt
- asin at paminta
- asukal
- opsyonal: lemon juice

MGA TAGUBILIN:
a) Alisin ang mga beets mula sa bungkos, hiwain ng pino ang mga tangkay at dahon ng beet, at pakuluan ng halos 40 minuto sa kaunting tubig hanggang lumambot. Hayaang lumamig bago ihain.
b) Ang pipino, labanos, dill, at chives ay dapat lahat ay makinis na tinadtad. Pagsamahin ang mga sangkap na ito , pati na rin ang beet mixture, sa yogurt na nakabatay sa halaman at haluing maigi.
c) Sa panlasa, timplahan ng asin, paminta, asukal, at lemon juice kung gusto. Haluin o i-pure ang sopas kung gusto mo ng mas makinis na texture.
d) Ihain ang pinalamig na may dill diced sa itaas.
e) Ang sopas na ito ay tradisyonal na ginawa gamit lamang ang mga tangkay at dahon ng halamang beetroot. Gayunpaman, maaari mong gamitin lamang ang mga beet. 1 libra na nilutong beets, pinong gadgad at pinagsama sa mga natitirang sangkap

44. Sabaw ng prutas

MGA INGREDIENTS:
- 1 kutsarang patatas na harina
- 1 tasa (250 ml) na sabaw, pinalamig
- 3 mansanas
- 8 oz. (250 g) mga plum, o seresa
- ⅓–½ tasa (75–115 g) ng asukal

MGA TAGUBILIN:
a) Upang makagawa ng slurry, pagsamahin ang kalahati ng malamig na sabaw sa harina.
b) Pakuluan ang mga mansanas, plum, o cherry sa 1½ quarts (1½ l) ng tubig pagkatapos balatan ang mga ito. Kapag malambot na ang prutas, gadgad ito sa isang pinong kudkuran o katas ng tubig sa isang blender, at timplahan ng asukal ayon sa panlasa.
c) Pagsamahin ang harina at sabaw na slurry sa isang mixing bowl.
d) Haluin ang pinaghalong sabaw hanggang sa maayos ang lahat.

45. Sabaw ng patatas

MGA INGREDIENTS:
- 1½-quart ng sabaw ng gulay
- 2 sibuyas
- 2 leeks
- 5 sibuyas ng bawang
- 3 kutsarang langis ng oliba
- 4 na patatas
- herbs: bay dahon, thyme, chives
- asin at paminta

MGA TAGUBILIN:
a) Pinong gupitin ang mga sibuyas at leeks, pagkatapos ay hiwain ang mga ito sa quarter-pulgada (6 mm) na mga singsing at igisa ang mga ito sa mantika ng oliba na may mga hiwa ng bawang.
b) I-cube ang patatas pagkatapos linisin, balatan, at linisin ang mga ito.
c) Idagdag ang patatas, herbs, asin, at paminta kapag ang mga sibuyas at leeks ay medium-brown. Haluin ng ilang sandali, pagkatapos ay takpan ng stock at lutuin ng halos 30 minuto sa mahinang apoy, hanggang sa lumambot ang patatas.
d) Matapos lumamig ang sopas, i-pure ito sa isang blender hanggang makinis. Timplahan ng asin at paminta ayon sa panlasa.

46. Lemon na sopas

MGA INGREDIENTS:
- 2-quart na sabaw, o stock
- ½–1 tasa (95–190 g) puting bigas
- 2 limon
- asin at paminta
- opsyonal: ½ tasa ng coconut cream

MGA TAGUBILIN:
a) Gumawa ng sabaw na may 2 litrong (2 litro) ng tubig at sopas na gulay o stock (2 karot, 12 sibuyas, 1 kintsay, 1 leek, maraming tangkay ng perehil).
b) Lutuin ang kanin sa sabaw o stock na likido lamang hanggang ito ay malambot, mga 25 minuto.
c) Balatan ang 1 lemon, hiwain ng makinis, at ihagis ito ng kaunting asin sa kumukulong kanin.
d) Patuloy na pukawin ang sopas habang idinaragdag mo ang natitirang lemon juice.
e) Magluto ng ilang minuto sa mahinang apoy, timplahan ng asin at paminta ayon sa panlasa.

47. Asparagus na sopas

MGA INGREDIENTS:
- 1 lb. (450 g) puting asparagus
- mga gulay na sopas (2 karot, 1 leek, ½ ugat ng kintsay, sariwang perehil)
- 2 kutsarang coconut butter
- ¼ tasa (30 g) ng harina
- asin at asukal
- ½ tasa (125 ml) cream ng niyog

MGA TAGUBILIN:
a) Balatan ang mga balat ng asparagus at linisin ang asparagus. Iluto ang mga tangkay ng asparagus at mga sangkap ng sopas hanggang lumambot sa isang palayok na may 2 litrong (2 litro) ng tubig. Dapat i-save ang likido ng sabaw.
b) Hiwalay na lutuin ang mga ulo ng asparagus sa kaunting tubig.
c) I-pure ang mga tangkay ng asparagus at lagyan ng pino.
d) Pagsamahin ang puréed asparagus sa sabaw ng sopas.
e) Sa isang kawali, tunawin ang coconut butter at ihalo ang harina upang makagawa ng roux sa mababang init. Idagdag ang nilutong asparagus heads, asin, at paminta sa sopas habang niluluto ito.
f) Ihain kasama ng mga crouton at isang dollop ng coconut cream sa dulo.

48. Beet salad

MGA INGREDIENTS:
- 4 na beets
- 2 kutsarang malunggay
- 1 kutsarita ng asukal
- ⅓ tasa (80 ml) na suka ng alak
- perehil
- asin at paminta

MGA TAGUBILIN:
a) Linisin ang mga beet at pakuluan ang mga ito sa tubig sa loob ng mga 30 minuto, o hanggang sa lumambot. Kapag lumamig na sila, alisin ang mga ito at alisan ng balat.
b) Gamit ang medium grating slots, lagyan ng rehas ang mga beets.
c) Gumawa ng sarsa na may malunggay, asukal, suka, perehil, asin, at paminta, at pagkatapos ay ihagis ang mga beet gamit ang isang tinidor.
d) Upang palamig, ilagay sa refrigerator para sa mga 2 oras.
e) Ang isang sibuyas ay maaaring gamitin bilang kapalit ng malunggay.
f) Sa 1 kutsarang langis ng oliba, bahagyang igisa ang 1 hiniwang sibuyas. Pagsamahin ang langis ng oliba at pampalasa, pagkatapos ay idagdag ang sarsa at sibuyas sa mga beets at ihagis upang pagsamahin.

49. Salad ng kintsay at orange

MGA INGREDIENTS:
- 1 malaking ugat ng kintsay
- 1 orange, o 2 mandarins
- ⅓ tasa (25 g) pinong tinadtad na mga walnut
- ½ tasa (125 ml) cream ng niyog
- asin
- opsyonal: ⅓ tasa (25 g) mga pasas

MGA TAGUBILIN:
a) Gamit ang medium grating slots, lagyan ng rehas ang ugat ng kintsay.
b) Balatan ang mga dalandan o mandarin at hiwain ang mga ito sa quarter-inch (6 mm) na mga tipak.
c) Paghaluin ang kintsay, dalandan, at mga walnut kasama ng isang tinidor, pagkatapos ay idagdag ang coconut cream.
d) Ihagis sa isang pakurot ng asin sa panlasa. Maaari kang magdagdag ng mga pasas kung gusto mo.

50.Salad ng gulay

MGA INGREDIENTS:
- 5 pinakuluang karot
- 2 pinakuluang parsley-roots
- 5 pinakuluang patatas (opsyonal)
- 1 maliit na pinakuluang celery-root (mga 15dag)
- 5 adobo na mga pipino
- 2 mansanas
- 1 maliit na lata ng mais (opsyonal)
- 1 lata ng berdeng mga gisantes
- 1 kutsara ng mustasa
- asin, paminta, perehil, dill

MGA TAGUBILIN:

a) Banlawan at lutuin ang mga gulay nang hindi binabalatan ang mga ito (bawat isa-isa); palamig at balatan.

b) Alisin ang core mula sa mga mansanas at alisan ng balat ang mga ito.

c) Gupitin ang mga gulay, atsara, at mansanas sa maliliit na parisukat gamit ang isang matalim na kutsilyo. Ang mga berdeng sibuyas ay dapat na tinadtad at ang mga gisantes ay dapat na pilitin. Timplahan ng asin at paminta.

d) Pagwiwisik ng perehil at dill sa salad. Maglaan ng isang oras para sa paghahanda.

e) Palamuti

51.Mga pipino sa coconut cream

MGA INGREDIENTS:
- 1 malaking pipino na may buto man o walang, hiniwa nang manipis
- 1 sibuyas na manipis na hiniwa at pinaghiwa-hiwalay sa mga singsing
- 1/2 tasa ng coconut cream
- 1 kutsarita ng asukal
- 2 kutsarita puting suka (opsyonal)
- 1 kutsarang tinadtad na sariwang dill
- asin at paminta

MGA TAGUBILIN:
a) Pagsamahin ang coconut cream, suka, asukal, at paminta sa isang serving bowl.
b) Idagdag ang mga pipino at sibuyas at ihalo upang pagsamahin.

52. Sopas ng Kohlrabi

MGA INGREDIENTS:
- 1 kohlrabi peeled, cubed, gumamit din ng mga dahon
- 1 katamtamang sibuyas na pinong tinadtad
- 1 medium carrot peeled, cubed
- 2 katamtamang patatas na peeled, cubed
- 2 tablespoons perehil at dill bawat isa, makinis tinadtad
- 1 l stock ng gulay na mainit
- 1 kutsarang mantika at mantikilya bawat isa
- Sea salt at paminta sa panlasa
- 1 tablespoons corn starch plus 2 tablespoons of hot water

MGA TAGUBILIN:

a) Balatan at gupitin ang mga dahon ng kohlrabi, itapon ang mga tangkay. Gupitin ang kohlrabi, karot, at patatas sa mga cube.

b) Init ang 1 kutsarang mantika sa isang malaking kaldero, pagkatapos ay idagdag ang sibuyas at kumulo ng 3 minuto, o hanggang lumambot. Magluto ng ilang minuto, madalas na pagpapakilos, kasama ang natitirang mga gulay at perehil.

c) Idagdag ang stock ng gulay, paminta sa timplahan, haluin, takpan, at pakuluan, pagkatapos ay bawasan sa mahinang apoy at lutuin, panaka-nakang pagpapakilos, nang mga 30 minuto o hanggang malambot ang mga gulay.

d) Idagdag ang tinadtad na dill at kumulo ng 3 minuto pa. Maaari mong palapotin ang sopas sa puntong ito (bagaman hindi mo na kailangan). Upang gawin ito, pagsamahin ang 2 kutsarang mainit na tubig na may corn starch, pagkatapos ay ihalo sa sopas at magluto ng 3 minuto.

e) Alisin mula sa apoy, timplahan ayon sa panlasa, at ihalo sa isang kutsarang mantikilya bago ihain.

53.Ukrainian bean sopas

MGA INGREDIENTS:
- 1 libra White beans, tuyo
- 1½ libra Sauerkraut
- ¾ libra Asin na baboy
- 4 Patatas, cubed
- ½ tasa Mantika
- 1½ kutsara harina
- 1 bawat isa Sibuyas, lg. tinadtad ng magaspang
- 1 kutsarita asin
- 1 kutsarita Itim na paminta
- 4 dahon ng bay
- 3 Mga sibuyas ng bawang, tinadtad
- 2 kutsara Peppercorns
- ½ tasa Yogurt, plain
- 1 bawat isa Karot, lg. tinadtad

MGA TAGUBILIN:
a) Ibabad ang beans magdamag. Magluto ng karne, patatas, beans at sauerkraut nang hiwalay.
b) Bone ang karne kapag ito ay tapos na at gupitin sa ½" cubes. Dice the potatoes. Durugin ang beans.
c) Gumawa ng roux na may langis, harina at sibuyas. Ilagay ang karne at gulay sa isang kaldero, idagdag ang roux, at ang bay leaves.
d) Takpan ng stock at magluto ng 10 minuto pa.

PANGUNAHING PAGKAIN

54. Gefullte isda mula sa Ukraine

MGA INGREDIENTS:
STOCK
- 4 na tangkay ng kintsay -- gupitin sa 4 na Pulgada na Hiwa
- 2 sibuyas -- quartered
- 1 berdeng paminta -- hiwa sa mga Tipak
- 3 Karot -- hinati
- 8 tasang Tubig
- Mga buto ng isda at ulo
- 1 kutsarang sariwang giniling na paminta
- 12 sprigs perehil
- 2 kutsarita ng Asukal
- 1 Bay leaf opsyonal

ISDA
- 4 pounds Pike
- 1 libra Whitefish
- 1 libra Carp
- 1 kutsarang Asin
- 2 mediums Sibuyas -- pinong gadgad
- 6 malalaking Itlog
- 1 kutsarang langis ng gulay
- 1 kutsarita ng Asukal
- ½ tasa ng Matzah na pagkain

MGA TAGUBILIN:

a) Ilagay ang lahat ng stock ingredients sa isang malaking kettle na may takip. pakuluan, pagkatapos ay takpan at bawasan ang init para kumulo.

b) Habang naghihintay na kumulo ang kaldero, simulan ang paghahanda ng isda. Sa isang mangkok na gawa sa kahoy. idagdag sa giniling na isda ang lahat ng mga sangkap na nakalista sa ilalim ng isda, maingat na paghiwa at paghahalo.

c) Basain ang mga kamay at bumuo ng pinaghalong isda sa mataba na hugis-itlog na patties, maingat na i-slide ang bawat isa sa kumukulong stock. Magluto nang dahan-dahan sa loob ng 2 oras.

55. Ukrainian dill chicken

MGA INGREDIENTS:
- 1 hiwa ng manok na broiler-fryer
- Sa paghahatid ng mga piraso
- ½ tasang harina
- 1 kutsarita ng Asin
- ½ kutsarita ng Paminta
- 3 kutsarang Mantikilya o margarin
- 1 tasang Tubig
- 1 maliit na sibuyas, tinadtad
- 1 sibuyas ng bawang, tinadtad
- 2 kutsarang harina
- 1 tasa ng kulay-gatas o matamis na cream
- 1 kutsarita tinadtad na dill

MGA TAGUBILIN:

a) Paghaluin ang harina, asin, at paminta nang magkasama sa isang plastic bag. Magdagdag ng mga piraso ng manok nang paisa-isa at iling. Dahan-dahang nilagyan ng mantikilya sa isang kawali ang brown floured na mga piraso ng manok.

b) Magdagdag ng tubig, sibuyas, at bawang at lutuin sa mahinang apoy sa loob ng 40 minuto. Haluin ang harina na may cream. Magdagdag ng dill at ihalo sa manok.

c) Painitin ng maigi ngunit huwag pakuluan. Ihain kasama ng pinakuluang bagong patatas, kanin, o noodles.

56.Ukrainian na karne at nilagang isda

MGA INGREDIENTS:
- ½ libra Ground beef
- ½ libra Ground tupa
- ½ libra herring, sariwa, cubed,
- Balat at buto
- ½ tasang Plain Yogurt
- 4 na kutsarang Mantikilya
- 4 na itlog, pinaghiwalay
- 1 bawat sibuyas ng Bawang tinadtad
- 1 bawat sibuyas lg. tinadtad
- 4 Patatas na binalatan at pinakuluan
- ½ kutsarita ng Asin
- ½ kutsarita Itim na paminta
- 2 tablespoons Goat cheese <Feta> gumuho
- 3 kutsarang Bread crumbs
- 4 tablespoons Carrots ginutay-gutay

MGA TAGUBILIN:

a) Ilagay ang 1 quart ng gatas sa isang mangkok at ibabad ang herring dito sa loob ng 8-12 oras.

b) Pat dry na siguraduhing tanggalin ang anuman at lahat ng buto. Iprito ang mga sibuyas at bawang sa 2 T ng mantikilya hanggang sa ginintuang. I-pan fry ang mga giniling na karne at ilagay sa food processor. Idagdag ang sibuyas, bawang herring, at patatas. I-chop hanggang makamit ang isang makinis na timpla. Paghaluin ang yogurt at ang mga pula ng itlog. Idagdag ang mga pampalasa.

c) Painitin muna ang hurno sa 400 degrees F. at mantikilya ang isang malaking baking dish. Idagdag ang mga ginutay-gutay na karot sa puntong ito.

d) Talunin ang mga puti ng itlog hanggang sa medyo matigas ngunit hindi tuyo at pagkatapos ay idagdag sa pinaghalong. Ilagay ang timpla sa buttered baking dish.

e) Budburan ang mga mumo ng tinapay at kambing na Feta cheese, tuldok ng natitirang mantikilya, at pagkatapos ay maghurno ng 45 minuto. Ihain nang mainit.

57. Ukrainian pot roast

MGA INGREDIENTS:
- 1 tasa ng kulay-gatas o plain yogurt
- 1 bawat sibuyas lg. hiniwa
- 1 bawat karot na hiniwa
- 3½ pounds Pot roast
- 4 Mga hiwa ng asin na baboy
- 2 tablespoons Scallions tinadtad
- ¾ tasa ng red wine burgundy
- Asin at paminta para lumasa
- ½ tasa Mushroom sariwang hiniwa
- 2 patatas, hiniwa 1/2"
- 1 kutsarita ng Suka

MGA TAGUBILIN:
a) Ilagay ang mga hiwa ng asin na baboy sa ilalim ng kawali. Susunod na paghaluin ang mga scallion, carrot slices, potato cubes, at sibuyas pagkatapos ay ilagay bilang isang makapal na layer sa ibabaw ng asin na baboy.
b) Kuskusin ang inihaw na kaldero na may asin at paminta ayon sa gusto mo at pagkatapos ay i-brown ito sa lahat ng panig. Alisin sa kawali at ilagay sa roaster.
c) Idagdag ang alak at kulay-gatas. Siguraduhin na ang kulay-gatas ay nasa temperatura ng silid o ito ay magpapatigas sa karne.
d) Ilagay ang roaster cover sa roaster at lutuin sa oven sa 350 degrees F sa loob ng 2½ oras. I-skim ang taba mula sa mga juice pagkatapos alisin ang inihaw.
e) Palamutin sa harina magdagdag ng suka at pakuluan. Salain ang gravy at ihain sa ibabaw ng hiniwang karne.

58.Ukrainian repolyo roll na may dawa

MGA INGREDIENTS:
- 2 kilo ng repolyo
- 250 mililitro ng Millet
- 50 gramo ng Asin na Baboy
- 2 karot
- 1 sibuyas
- 2 kutsarang harina
- 4 na kutsarang Tomato Paste
- 8 kutsarang Sour Cream
- 2 kutsarang Mantikilya
- 2 tasa ng Tubig; o sabaw kung kinakailangan
- Hot Peppers
- asin; sa panlasa

MGA TAGUBILIN:

a) Ibuhos ang tubig na kumukulo sa isang ulo ng repolyo na tinanggal ang tangkay.

b) Paghiwalayin ang mga dahon sa ulo at gupitin ang mga ugat. Dice ang mga sibuyas at carrots ng pinong (gagawin ni julienne ang carrots) at Igisa hanggang sa mag-brown ang mga sibuyas. Hugasan ng mabuti ang dawa, takpan ng tubig at pakuluan. Salain at pagsamahin sa tinadtad na asin na baboy, carrot/sibuyas na pinaghalong paminta, asin at hilaw na itlog. Paghaluin nang lubusan gamit ang iyong mga kamay, pagkatapos ay ilagay ang mga bahagi ng timpla sa mga dahon ng repolyo, igulong nang mahigpit at isuksok ang mga dulo.

c) Habang tinatapos mo ang pag-roll ng mga roll ng repolyo, ilagay ang mga ito sa isang Dutch oven, at idagdag ang sour cream dressing, pakuluan nang maigi, salain, asin at ihain.

d) SOUR CREAM DRESSING: Kayumanggi ang harina sa mantikilya. Idagdag ang tomato paste at ang kulay-gatas at ang ilan sa sabaw mula sa dawa.

e) ALTERNATE: Ilagay ang cabbage rolls sa isang malaking baking pan, gawin ang sour cream dressing nang hindi pinapalabnaw ito, takpan ang mga roll at maghurno sa 325o para sa halos isang oras.

59. Ukrainian beef strogano ff

MGA INGREDIENTS:
- 3 pounds Filet mignon tip
- 1 tasang sibuyas na pinong tinadtad
- 4 tablespoons Mantikilya unsalted
- 1½ pounds Mga kabute na maliit 1/2" o mas maliit
- ⅔ tasa ng makapal na cream
- ¾ tasa ng kulay-gatas o plain yogurt
- 2¼ kutsarita ng Dijon mustard
- 2 tablespoons Dill sariwang, tinadtad pinong
- 1½ kutsarang sariwang perehil
- ⅔ tasa stock ng baka
- Asin at paminta para lumasa
- 2¾ kutsarita ng harina

MGA TAGUBILIN:
a) Hiwain ang karne ng baka sa manipis na piraso humigit-kumulang. 1½" - 2" ang haba.
b) Mag-init ng malaking cast iron skillet sa sobrang init at idagdag ang karne ng ilang sa isang pagkakataon upang masunog ang karne. Alisin ang karne mula sa apoy at itabi.
c) Bawasan ang init sa kawali sa katamtaman at matunaw ang mantikilya.
d) Idagdag ang sibuyas, igisa', hanggang lumambot <approx. 4-5 minuto>. Itaas ang init med-high, idagdag ang mushroom, igisa; haluin nang madalas, lutuin ng 15 - 20 minuto. Ibaba ang init sa med-low iwiwisik ang harina, haluing mabuti ng 1-3 minuto. Haluin ang stock, cream, sour cream, at mustard.
e) Takpan, bawasan ang init sa mababang at kumulo sa loob ng 5-7 minuto. HUWAG PUMULONG! Ibalik ang karne sa kawali, ihalo sa sarsa, ihalo ang dill at perehil, at ihain.

60. Vegetarian bigos

MGA INGREDIENTS:
- 1 c ng pinatuyong mushroom
- 2 medium na sibuyas, tinadtad
- 2 kutsarang mantika
- 8-10 oz. / 250 g ng sariwang button mushroom
- 1/2 kutsarita ng asin
- 1/4 - 1/2 kutsarita ng ground pepper
- 5 - 6 peppercorns at allspice berries
- 2 dahon ng bay
- 1 karot
- 15 prun
- 1 kutsarita ng kumin
- 1 kutsara ng pinausukang paprika
- 3 kutsara ng tomato paste
- 1 c ng dry red wine
- 1 ulo ng medium na repolyo

MGA TAGUBILIN:
a) Ibabad ang mga tuyong mushroom sa tubig nang hindi bababa sa isang oras.
b) Mag-init ng mantika sa isang malaking kaldero at igisa ang tinadtad na sibuyas. Linisin at hiwain ang mga kabute, pagkatapos ay idagdag ang mga ito sa mga sibuyas kapag nagsimula na silang maging kayumanggi sa paligid ng mga gilid. Ipagpatuloy ang paggisa ng asin, durog na paminta, peppercorns, allspice, at bay leaves.
c) Ang mga karot ay dapat na peeled at ginutay-gutay. Ihagis sa kaldero.
d) Haluin ang prunes quartered, cumin, pinausukang paprika, tomato paste, at alak.
e) Ang repolyo ay dapat i-quartered at hiwain. Paghaluin ang lahat sa palayok.
f) Takpan at lutuin ang repolyo hanggang sa bahagyang bumaba ang volume. Magluto ng isa pang 10 minuto, o hanggang malambot ang repolyo.

61. Ukrainian Dumplings

MGA INGREDIENTS:
- 6 hanggang 7 medium na patatas, binalatan
- 1 antas na kutsarang asin
- 120g potato starch, kung kinakailangan

MGA TAGUBILIN:

a) Pakuluan ang patatas hanggang malambot sa inasnan na tubig. Patuyuin at i-mash gamit ang potato masher hanggang makinis. Upang gumawa ng isang antas na layer ng patatas sa ilalim ng kawali, pindutin ang pababa gamit ang iyong mga kamay.

b) Gamit ang isang kutsilyo, gupitin ang layer ng patatas sa apat na pantay na kalahati. Alisin ang isang bahagi at pantay na ipamahagi ito sa natitirang tatlo. Ikaapat na bahagi lamang ng kawali ang gagamitin.

c) Magdagdag ng sapat na harina ng patatas upang punan ang walang laman na quarter sa parehong antas ng layer ng patatas. Ang patong ng harina ay dapat na makinis.

d) Pakuluan ang tubig sa isang malaking palayok.

e) Gamit ang iyong mga kamay, gumawa ng maliliit na bola na kasing laki ng walnut. Bahagyang patagin at gamitin ang iyong hinlalaki sa butas sa gitna.

f) Magdagdag ng ilang dumplings sa kumukulong tubig, mag-ingat na hindi masikip ang kawali. Haluin gamit ang isang kahoy na kutsara upang hindi dumikit sa ilalim ng kawali at lutuin hanggang sa lumutang sa itaas. Gamit ang isang slotted na kutsara, alisin ang manok at ihain na may sarsa o cream.

62. Mga sweet curd sandwich

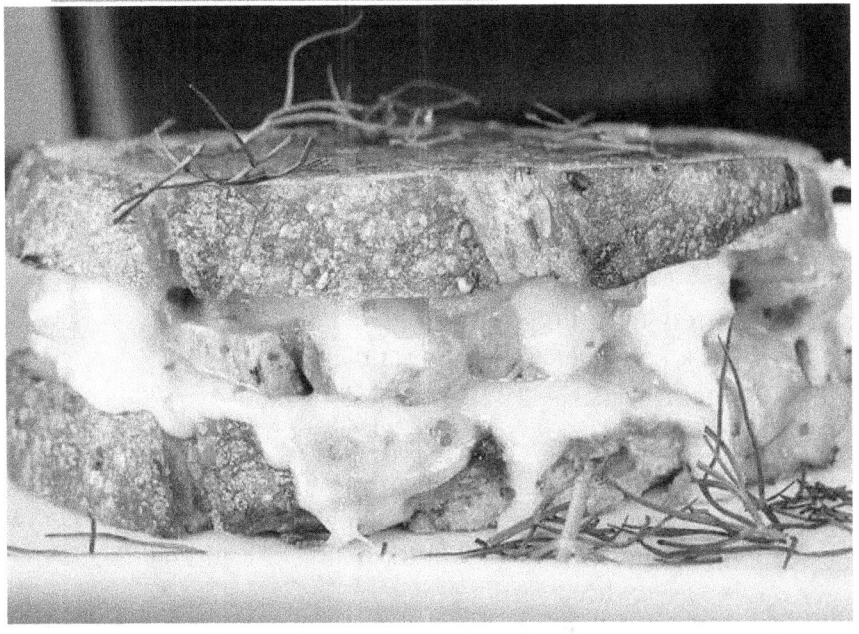

MGA INGREDIENTS:
- sariwang tinapay o mga rolyo
- 200 g na bahagi ng vegan curd cheese
- jam, cranberry sauce, Maple syrup o chocolate liquor
- Kurutin ang asukal
- ilang kutsarita ng plant-based na gatas

MGA TAGUBILIN:
a) Ang hiwa o mga bukol ng curd cheese ay dapat ilagay sa sariwang tinapay o mga bun.
b) Iwiwisik ang asukal sa bawat sandwich.
c) Budburan ang asukal at ilang patak ng plant-based milk gamit ang isang kutsarita.
d) Painitin ang mga sandwich sa microwave o i-bake ang mga ito sa oven. Maghintay ng ilang segundo, hanggang sa ang keso at tinapay ay mainit ngunit hindi mainit. Alisin ang mga sandwich mula sa equation.
e) Maglagay ng dami ng jam sa bawat sandwich.

63. R yelo na may mansanas

MGA INGREDIENTS:
- 2 tasang bigas
- 4 na tasa ng plant-based na gatas
- 1/2 kutsarita ng asin
- 4 maasim na mansanas
- 1/4 kutsarita ng ground nutmeg
- 2 kutsarang asukal
- 1/12 kutsarita ng kanela
- 1 kutsarita ng vanilla
- 2 kutsarita + 2 kutsaritang coconut butter

MGA TAGUBILIN:

a) Sa isang katamtamang kasirola, painitin ang gatas na nakabatay sa halaman na may asin. Ilagay ang hinugasang kanin at lutuin sa mahinang apoy hanggang sa maluto.

b) Ipagpatuloy ang paghahalo ng kanin. Kuskusin lamang ito kung dumikit ito sa ilalim. Patuloy na haluin nang malumanay hanggang sa maluto ang bigas.

c) Painitin muna ang oven sa 350 degrees Fahrenheit (180 degrees Celsius).

d) Gupitin ang mga mansanas sa isang shredder ng gulay pagkatapos balatan at kurutin ang mga ito. Magluto hanggang ang likido ay sumingaw sa isang tuyong kawali na may nutmeg.

e) Magdagdag ng asukal, kanela, at banilya sa nilutong bigas. Paghaluin ang lahat nang lubusan.

f) Pahiran ng coconut butter ang isang 8 × 8 pulgada (20 × 20 cm) na kawali. Ang kalahati ng bigas ay dapat mapunta sa ilalim ng kawali, na sinusundan ng lahat ng mga mansanas at ang natitirang bigas. Nilalagay sa ibabaw ang manipis na hiwa ng coconut butter.

g) Magluto ng 20 minuto. Ihain nang mainit o pinalamig.

64. Noodle at Dumplings

MGA INGREDIENTS:
- 2 pakete ng dry yeast
- 4 kutsarita ng asukal
- 1 tasa at 2 kutsarang mainit na gatas na nakabatay sa halaman
- 1-pound all-purpose na harina
- 1 kutsarita ng asin
- 3 kutsarang coconut butter, natunaw

MGA TAGUBILIN:
a) Gumawa ng espongha sa isang maliit na mangkok sa pamamagitan ng pagtunaw ng lebadura at asukal sa gatas na nakabatay sa halaman at paghahalo sa 1/2 tasa ng harina.
b) Pagsamahin ang natitirang harina, asin, at lebadura na pinaghalong sa isang malaking palanggana ng paghahalo. Haluin nang humigit-kumulang 5 minuto sa pamamagitan ng kamay o makina, o hanggang sa ito ay mapula at matuklap mula sa gilid ng mangkok. Ihalo nang maigi ang pinalamig na tinunaw na coconut butter.
c) Hayaang tumaas hanggang dumoble ang laki. Ilagay sa ibabaw ng floured at masahin sa karagdagang harina kung ang masa ay masyadong malagkit. Gupitin gamit ang isang 3-pulgadang pamutol o salamin pagkatapos tapikin hanggang 1-pulgada ang kapal. Maaaring i-roll muli ang mga scrap at gupitin sa pangalawang pagkakataon. Hayaang tumaas hanggang dalawang beses ang laki.
d) Punan ang dalawang malalaking kaldero na 3/4 na puno ng tubig pansamantala. Ikabit ang isang bilog ng sako ng harina o iba pang materyal na walang lint sa ibabaw ng mga kaldero gamit ang pisi ng butcher at pakuluan ang tubig. Maglagay ng maraming dumpling na kasya sa lalagyan.
e) I-steam ang dumplings sa loob ng 15 minuto na may takip sa ibabaw ng kasirola. Ang mga dumpling ay babagsak kung ang takip ay itinaas sa panahon ng proseso ng steaming.
f) Bilang kahalili, maglagay ng splatter screen sa ibabaw ng palayok, magdagdag ng maraming dumplings na kasya nang hindi hinahawakan, pagkatapos ay takpan ng isang hindi tinatablan ng init na plastic na mangkok na nabaligtad.
g) Itakda ang mga dumpling upang palamig sa isang wire rack. I-freeze o iimbak ang mga dumpling sa isang zip-top na bag sa refrigerator.

65. Noodles at Vegan Cheese

MGA INGREDIENTS:
- 2 tasa ng vegan pasta
- 7 oz. / 200g vegan cottage cheese
- 4 na kutsara ng coconut cream
- 2 tablespoons ng coconut butter
- 2-4 Kutsarang Maple syrup
- Pinch cinnamon (opsyonal)

MGA TAGUBILIN:
a) Sundin ang mga tagubilin sa pakete para sa pagluluto ng noodles.
b) Ihagis ang noodles na may coconut butter pagkatapos matuyo.
c) Ipunin ang mga plato ng spaghetti.
d) Idagdag ang cheese crumbles sa noodles.
e) Maglagay ng isang layer ng coconut cream sa itaas.
f) Ibuhos ang maple syrup sa itaas. Maaari ka ring magtapon ng isang kurot ng kanela.

66. Macaroni na may mga strawberry

MGA INGREDIENTS:
- Macaroni na iyong pinili
- 3 tasang strawberry, sariwa o frozen
- 1 tasa plain plant-based yogurt, coconut cream, o Greek plant-based yogurt
- asukal sa panlasa

MGA TAGUBILIN:

a) Sundin ang mga tagubilin sa package para sa paggawa ng pasta na iyong pinili.

b) Hugasan at alisin ang mga tangkay mula sa mga strawberry. Tumaga ng ilang strawberry para ilagay sa ibabaw ng ulam.

c) Sa isang blender, pagsamahin ang natitirang mga strawberry, cream o yogurt na nakabatay sa halaman, asukal, at vanilla extract.

d) Kung gusto mo ng mas chunkier na sarsa, i-mash ang mga strawberry gamit ang isang tinidor o ihalo ang mga ito sa mga batch, na nagbibigay sa huling mga strawberry ng isang maikling blitz gamit ang blender.

e) Ihagis ang nilutong macaroni kasama ang strawberry sauce. Masarap ito mainit o malamig.

67. Noodles with th Mushrooms

MGA INGREDIENTS:
- 1 katamtamang ulo ng repolyo
- 2 tasang mushroom
- 1 sibuyas
- 1 karot
- Garlic, 1-2 cloves
- 2 gitling balsamic vinegar o iba pang suka
- Spices tulad ng marjoram, dill, kumin, asin, at paminta, sa iyong panlasa
- 1 stick ng coconut butter
- Vegan Noodles

MGA TAGUBILIN:

a) Sa isang malaking kawali, tunawin ang coconut butter at igisa ang mga sibuyas at mushroom.

b) Ihagis ang karot at bawang. Idagdag ang repolyo kapag ang bawang ay naging kayumanggi at ang mga sibuyas ay naging transparent.

c) Magdagdag ng kaunting tubig at magpatuloy sa pagluluto hanggang sa lumambot ang repolyo. Ang dami ng oras na kinakailangan upang magluto ng repolyo ay depende sa edad nito at kung paano ito tinadtad.

d) Idagdag ang natitirang coconut butter, isang splash o dalawa ng suka, ang pampalasa, at isang lasa habang ang tubig ay bumababa. Timplahan ng asin at paminta ayon sa panlasa.

e) Ihain na may kasamang pansit.

68.Vegan Cheese na may mga labanos

MGA INGREDIENTS:
- 3 tasang vegan cheese
- ½ tasang coconut cream (full fat)
- 1 bungkos ng labanos
- 1 bungkos ng chives
- asin, paminta, pampalasa sa panlasa

MGA TAGUBILIN:

a) Ihanda ang iyong mga labanos at chives. Ang mga labanos ay dapat hugasan at tinadtad sa anumang hugis o sukat na iyong pinili.

b) Palamutihan ang tuktok ng iyong vegan cheese na may ilang mga labanos. Ipagpatuloy ang mga chives sa parehong paraan. Alisin sa equation.

c) Idagdag ang coconut cream hanggang makuha mo ang ninanais na consistency.

d) Painitin muna ang hurno sa 350°F at timplahan ng asin at paminta ang keso. Maaari mo itong iwanan o magdagdag ng ilang karagdagang mga pampalasa kung ninanais.

e) Panghuli, pagsamahin ang mga diced na labanos at chives sa isang malaking mixing bowl. Palamutihan ng mga labanos at chives sa panghuling serving bowl.

69. Pasta na may poppy

MGA INGREDIENTS:
- 300 g ng harina
- kurot ng asin
- 1 tasa ng buto ng poppy
- 3 kutsarang Maple syrup
- 2 kutsarang pasas
- 2 kutsara ng mga talulot ng almendras
- 1 kutsarang tinadtad na mga walnuts
- 1 kutsarang balat ng orange

MGA TAGUBILIN:

F O POPPY MASS

a) Banlawan ang poppy sa ilalim ng tubig na tumatakbo. Pagkatapos nito, takpan ito ng tubig na kumukulo. Patuyuin nang may pag-iingat.

b) Gilingin ang poppy sa isang pinong pulbos.

c) Sa isang palayok, ibuhos ang tatlong kutsara ng maple syrup at simulan ang pag-init. Sa halip na likidong maple syrup, maaari mong gamitin ang solid maple syrup. Dahil sa mas mataas na temperatura, dapat itong matunaw.

d) Ihagis ang buong poppy, kasama ang mga pasas, mani, balat ng orange, at mga talulot ng almendras.

e) Magluto ng mga 5 minuto, regular na pagpapakilos, hanggang sa ang poppy mass ay maging mainit at homogenous.

f) Alisin ang poppy mula sa kusinilya at patayin ang apoy.

PASTA

g) Mula sa 300 g ng harina, gumawa ng isang tambak. Timplahan ng kaunting asin.

h) Gumawa ng kuwarta. Masahin ito ng mga 15 minuto, o hanggang sa maging makinis at magkapantay ang kulay.

i) Maghulma ng bola mula sa kuwarta at ilagay ito sa mangkok. Takpan ng malinis na tela at ibalik sa oven para sa isa pang 20-30 minuto.

j) Alikabok ng harina ang mesa o pastry board. Pagkatapos ng 20-30 minuto, igulong ang kuwarta sa isang kumpol na halos 2 mm ang kapal.

k) Gupitin ang kumpol sa maliliit na parisukat na may haba sa gilid na 2-3 cm.

l) Dalhin ang mga parisukat sa isang pigsa sa inasnan na tubig. Magpatuloy na parang nagluluto ka ng pasta na binili sa tindahan.

70. Ukrainian Isda

MGA INGREDIENTS:
PARA SA VEGAN FILLETS
- 300 g firm tofu
- 1 lemon ½ zested at whole juiced
- 1 kutsarang caper brine
- 1 kutsarang white wine vinegar
- 1 sheet ng sushi nori
- 70 g plain na harina

PARA SA TOPPING
- 1 brown na sibuyas na hiniwa ng manipis
- 1 leek na hiniwa
- 1 maliit na parsnip na gadgad
- 3 karot na gadgad
- 3 allspice berries
- 2 tuyong dahon ng bay
- 1 kutsarita ng matamis na paprika
- 1 kutsarang tomato puree
- 1 kutsarita ng wholegrain mustard opsyonal

MGA TAGUBILIN:
PARA SA VEGAN FILLETS
a) Gupitin ang tofu block sa 6 na pantay na laki.
b) Sa isang malawak na mangkok o malalim na tray, pagsamahin ang lemon juice at zest, caper brine, at white wine vinegar, at ibuhos ang mga hiwa ng tofu. Pahintulutan ng hindi bababa sa isang oras ng oras ng marinating.
c) Balutin ang isang strip ng nori sa paligid ng bawat piraso kapag nakumpleto na nila ang pag-marinate. Para mabasa ang nori na nakabalot na tofu, isawsaw ito sa natirang marinade, pagkatapos ay i-dredge ito sa plain flour.
d) Sa isang magandang non-stick na kawali, initin ang langis ng oliba sa katamtamang init. Kapag mainit na ang kawali, idagdag ang mga piraso ng tofu, siguraduhing hindi mahawakan. Magluto ng 3 minuto sa unang bahagi, o hanggang maging ginintuang at malutong. Magluto ng 3 minuto sa tapat pagkatapos i-flip ang tofu.
PARA SA TOPPING

e) Sa isang malaking kasirola sa katamtamang init, magpainit ng kaunting mantika o sabaw ng gulay, pagkatapos ay idagdag ang sibuyas. Magluto ng mga 3 minuto, o hanggang sa magsimula itong lumambot.

f) Pagsamahin ang leek, carrot, at parsnip sa isang mixing bowl. Bawasan ang apoy sa mahina at kumulo, paminsan-minsang pagpapakilos, para sa mga 4 na minuto, o hanggang sa lumambot ang mga gulay.

g) Kung gagamitin, ihalo ang allspice berries, bay leaves, sweet paprika, tomato puree, at wholegrain mustard. Gumalaw nang lubusan at lutuin sa mababang para sa isa pang 15 minuto, pagpapakilos paminsan-minsan.

h) Alisin ang allspice berries at bay leaves pagkatapos ng 15 minuto.

i) Ilagay ang vegan fillet sa isang plato at itaas na may masaganang serving ng carrot mixture. Enjoy!

71. Mga rolyo ng repolyo

MGA INGREDIENTS:
- 1 ulo puting repolyo
- 120g buckwheat groats
- 3 kutsarang coconut butter
- 2 kutsarang langis ng oliba
- 1 sibuyas, tinadtad
- 1 sibuyas na bawang, tinadtad
- 300g mushroom, tinadtad
- 1 kutsarang pinatuyong marjoram
- 2 stock cubes ng gulay
- toyo sa panlasa
- Asin at paminta para lumasa

MGA TAGUBILIN:

a) Pakuluan sa isang malaking takure ng tubig. Alisin ang core mula sa repolyo bago ito ilagay sa palayok. Habang lumalambot ang mga panlabas na dahon, alisin ang mga ito. Ang makapal na bahagi ng mga tadyang ng repolyo ay dapat na putulin. Alisin sa equation.

b) Samantala, ihanda ang mga butil ng bakwit ayon sa mga alituntunin sa pakete. Patuyuin at itabi ang 1 kutsarang coconut butter.

c) Init ang mantika sa isang kawali at igisa ang sibuyas at bawang.

d) Matunaw ang 1 kutsarang coconut butter sa parehong kawali at igisa ang mga mushroom. Ihagis ang bakwit at sibuyas na ginisa. Marjoram, toyo, asin, at paminta sa panlasa. Haluing mabuti.

e) Ilagay ang maliliit o sirang dahon ng repolyo sa ilalim ng kaserola. Sa gitna ng bawat dahon, magdagdag ng humigit-kumulang 2 kutsarita ng pagpuno.

f) Ilagay ang dulo ng tangkay ng repolyo sa ibabaw ng palaman, pagkatapos ay tiklupin ang mga gilid ng repolyo sa ibabaw nito. Gumawa ng isang pakete mula sa repolyo sa pamamagitan ng pag-roll up at pag-overlay sa mga dulo upang mai-seal ito. Ilagay ang bawat isa sa inihandang casserole dish, tahiin ang gilid pababa.

g) Sa isang 500ml na measuring cup, i-dissolve ang stock cubes at ibuhos ang mga cabbage roll. Idagdag ang huling ng coconut butter. Takpan ang natitirang dahon ng repolyo.

h) Pakuluan sa mababang init sa loob ng 30 hanggang 40 minuto.

72. Potato at Vegan Cheese Pierogi

MGA INGREDIENTS:
PIEROGI DOUGH - 1 BATCH
- 3 tasang harina, na may dagdag na harina para sa pag-aalis ng alikabok sa ibabaw ng iyong trabaho
- 1 tasang mainit na tubig
- 1 kutsarang coconut butter o mantika

PATATAS AT CHEESE FILLING
- 2 lbs. patatas (mga 4 na tasang minasa)
- 2 tasang vegan cheese
- 2 sibuyas
- Asin at paminta para lumasa
- coconut cream, sa itaas

MGA TAGUBILIN:
PATATAS AT CHEESE FILLING

a) Balatan ang mga patatas at pakuluan ang mga ito. Gamit ang potato masher o potato ricer, dahan-dahang i-mash ang patatas. Hindi kinakailangang gumamit ng panghalo. Hindi kinakailangan para sa mga patatas na maging ganap na makinis. Hayaang lumamig ang patatas.

b) I-chop ang mga sibuyas at lutuin sa coconut butter o mantika. Ang kalahati ng pritong sibuyas ay dapat pumunta sa patatas, at ang kalahati ay dapat pumunta sa ibabaw ng pierogi.

c) Tapusin gamit ang vegan cheese.

d) Asin at paminta ang pagpuno sa panlasa; sa aking opinyon, hindi ka maaaring magkaroon ng labis na asin at paminta. Tikman ang iyong palaman at magdagdag ng higit pa kung kinakailangan. Habang ginagawa mo ang kuwarta, maaari mong palamigin ang pagpuno. Minsan ay gumagawa ako ng pagpuno sa araw bago dahil mas simple ang pakikitungo sa malamig na pagpuno.

PIEROGI DOUGH

e) Ang harina ay dapat na aerated. Salain ang harina, haluin ito sa isang palanggana, o pulso ito sa loob ng 20 segundo sa isang food processor.

f) Pakuluan ang tubig sa parehong paraan na gagawin mo para sa isang tasa ng tsaa. Magdagdag ng isang kutsara ng coconut butter o langis sa isang tasa ng tubig na kumukulo.

g) Dahan-dahang ibuhos ang mainit na tubig sa harina at haluin upang pagsamahin, una gamit ang isang kahoy na kutsara at pagkatapos ay gamit ang iyong mga kamay kung ang tubig ay masyadong mainit. Habang hinahalo sa food processor, magdagdag ng kumukulong tubig nang paunti-unti.

h) Patuloy na magdagdag ng mainit na tubig hanggang sa magkaroon ka ng malambot, nababaluktot na kuwarta. Magdagdag ng kaunting harina kung ang masa ay masyadong malagkit. Magdagdag ng kaunting karagdagang tubig kung ang kuwarta ay masyadong tuyo. Aalisin ito mula sa mga gilid ng food processor at bubuo ng bola.

i) I-roll out ang iyong kuwarta sa ibabaw ng floured gamit ang floured rolling pin. Igulong ang pierogi dough sa kapal na gusto mong pagsamahin. Ang mga propesyonal na gumagawa ng pierogi ay napakanipis na nagpapagulong ng kanilang kuwarta, ngunit dahil ang aking pamilya ay makapal, maaari ko itong igulong ng kaunti.

j) I-roll out ang iyong kuwarta sa mga bilog, punuin ng patatas at cheese filling na may kutsara o pre-rolled na bola, tiklupin, at kurutin sarado. Kung hindi ka maghintay ng masyadong mahaba, ang masa ay magiging malambot pa rin, at kakailanganin mo lamang ng ilang kurot ng tubig upang ma-seal ang pierogi.

k) Flour isang work surface at takpan ng tea towel hanggang handa nang kumulo.

l) Sa isang maliit na kasirola, dahan-dahang pakuluan o kumulo ang isang maliit na batch ng pierogi. Huwag kalimutang timplahan ng asin ang tubig. Pagmasdan ang iyong pierogi at lutuin ang mga ito ng 3 hanggang 5 minuto kapag nagsimula na itong lumutang. Alisin ang mga ito mula sa tubig gamit ang isang slotted na kutsara at ilagay ang mga ito sa isang ulam o tray upang palamig.

m) Ihanda ang ulam na may mantika o coconut butter, at siguraduhing magsipilyo ng coconut butter sa iyong pierogi. Kapag mainit ang mga ito, mag-ingat na huwag mag-overlap ang mga ito dahil magkakadikit sila.

n) Ibabaw ang iyong pierogi na may piniritong sibuyas at isang dollop ng coconut cream bago ihain.

73.Inihurnong beer tofu

MGA INGREDIENTS:
- 250 g natural na tofu
- 2 kutsarang tomato paste
- 100 ML ng beer
- 1 malaking kutsarang toyo
- kalahating kutsara MAPLE syrup
- kalahating kutsarita ng pinausukang o matamis na paprika
- isang quarter kutsarita ng cumin powder
- isang quarter kutsarita ng chili powder o cayenne pepper
- isang kurot ng kanela
- asin sa panlasa

MGA TAGUBILIN:
a) Banlawan ang tofu at patuyuin ito ng kitchen paper hangga't maaari. Gupitin ito sa mga hiwa na may kapal na 1.5 cm at balutin ito ng higit pang papel sa kusina.
b) Maglagay ng timbang sa itaas upang kunin ang mas maraming likido hangga't maaari, at ihanda ang sarsa sa pansamantala.
c) Pagsamahin ang beer, agave syrup, maple syrup, o sweet rice syrup sa isang mixing bowl.
d) Sa isang mixing bowl, pagsamahin ang tomato paste, toyo, cumin powder, at pinausukang o matamis na paprika. Magdagdag din ng cinnamon at isang kurot ng chili powder o cayenne pepper.
e) I-marinate ang tofu hangga't maaari bago ito i-ihaw.

74. Sweet potato pierogi

MGA INGREDIENTS:
DOUGH
- 3 C ups all-purpose flour
- 1 kutsarita ng asin sa dagat
- 1 C pataas na tubig
- 1 kutsarang langis ng gulay

PAGPUPUNO
- 3 1/2 C kamote, binalatan at ginupit
- 2 sibuyas ng bawang, tinadtad
- 2 kutsarang nutritional yeast
- 2 kutsarang vegan coconut butter
- 1/2 kutsarita sariwang dill
- 1/4 kutsarita ng tuyo na sambong
- 1/4 kutsarita ng asin sa dagat
- 1/4 kutsarita ng ground black pepper

MGA TAGUBILIN:

a) Pakuluan ang isang kasirola ng tubig na inasnan, pagkatapos ay pakuluan ang mga cube ng kamote sa loob ng 10 minuto, o hanggang maluto at lumambot.

b) Gawin ang kuwarta sa pamamagitan ng pagsasama-sama ng all-purpose flour at sea salt habang niluluto ang kamote. Pagkatapos ay itupi sa tubig at mantika hanggang sa halo-halong lang.

c) Knead ang kuwarta sa isang bahagyang pinaglagyan ng harina hanggang sa ito ay magkadikit at medyo malagkit, ngunit hindi sapat na malagkit upang dumikit sa iyong mga kamay. Bahagyang i-flour ang dough ball.

d) Hatiin ang kuwarta sa kalahati at balutin ang bawat mas maliit na bola sa plastic wrap. Habang ginagawa mo ang pagpuno, palamigin ang kuwarta.

e) Alisan ng tubig ang kamote at i-mash ang mga ito kasama ang natitirang mga sangkap ng pagpuno,

f) Palamigin hanggang ang pierogi ay handa nang mapuno.

g) Kung lulutuin mo kaagad ang mga pierogies, pakuluan ang isang malaking kaldero ng tubig na inasnan habang gumugulong, hinihiwa, at pinupuno mo ang mga ito.

h) I-roll out ang isang bola ng kuwarta hanggang sa ito ay 1/16-pulgada ang kapal sa isang bahagyang floured surface. Gupitin ang mga bilog ng kuwarta gamit ang 3 12 hanggang 4 na pulgadang bilog na cookie cutter.

i) Habang pinapagulong ang kuwarta at pinuputol ang mga bilog, ilagay ang bawat isa sa isang bahagyang dusted na baking sheet o kawali at takpan ng tea towel. Ulitin sa natitirang bola ng kuwarta.

j) Sa isang gilid ng bawat pag-ikot ng kuwarta, ikalat ang 12 hanggang 34 na kutsara ng palaman ng kamote. Magtabi ng isang maliit na pinggan ng tubig sa malapit.

k) Dap ng isang maliit na tubig sa gilid ng kalahati ng bilog gamit ang isang daliri, tiklupin ang kabilang panig ng kuwarta sa ibabaw ng pagpuno, dahan-dahang pindutin at bahagyang i-crimp ang dalawang gilid upang mai-seal ang pierogi.

l) Nang hindi nagsasapawan, ibalik ang bawat pierogi sa nilagyan ng harina na mga baking sheet o tray.

m) Pakuluan ang pierogi sa maliliit na batch hanggang sa lumutang sila sa itaas, mga 1 hanggang 2 minuto. Gamit ang isang slotted na kutsara, alisin ang mga ito mula sa tubig at ilagay ang mga ito sa isang baking sheet o dish.

n) Bago ihain, magluto ng mga pierogies sa mga batch sa isang kawali na may vegan coconut butter sa katamtamang init hanggang sa ginintuang kayumanggi, mga 2 hanggang 3 minuto bawat gilid.

o) Ihain kasama ng vegan coconut cream o ang spicy cashew coconut cream, caramelized na sibuyas, at/o pritong mushroom!

75. Vegan spinach balls pasta

MGA INGREDIENTS:
- 2 kutsarang giniling na flax
- 2 kutsarang lemon juice
- 450 g / 16 oz. sariwang kangkong
- 3 kutsarang nutritional yeast
- 2 bawang cloves, makinis na gadgad
- nagbunton ng ½ kutsarita ng asin, higit pa sa panlasa
- ¼ kutsarita ng paminta, sa panlasa
- isang masaganang halaga ng gadgad na nutmeg, ayusin sa panlasa
- 2 tasang magaspang na breadcrumbs
- langis para sa pagluluto o pagprito

MGA TAGUBILIN:

a) Sa isang maliit na mangkok, pagsamahin ang ground flax / chia seeds, 2 kutsarang lemon juice, at 60 ml / 14 na kutsarang tubig. Bigyan ng oras para lumapot ang sarsa.

b) Paputiin ang spinach sa loob ng 1-2 minuto sa kumukulong tubig, salain, at agad na isawsaw sa isang mangkok ng tubig na yelo o banlawan sa ilalim ng malamig na tubig upang mapanatili ang kulay.

c) Gamit ang iyong mga kamay, pisilin ang mas maraming tubig hangga't maaari mula sa spinach. Pinong tumaga ang tuyong spinach.

d) Sa isang mixing dish, pagsamahin ang lahat ng sangkap maliban sa mga breadcrumb (at mantika). Dahan-dahang idagdag ang mga breadcrumb, siguraduhin na ang timpla ay hindi masyadong tuyo o masyadong basa. Kung ang timpla ay masyadong basa, maaaring hindi mo kailangan ang lahat ng mga breadcrumb o maaaring kailangan mo ng kaunti pa. Pumunta sa iyong bituka.

e) Gamit ang iyong mga kamay, bumuo ng maliit na walnut-sized na bola mula sa pinaghalong. Palamigin nang hindi bababa sa 2 oras.

f) Kung gusto mong iprito ang iyong mga spinach ball, balutin ang mga ito ng mas maraming breadcrumb.

g) Maaari mong i-bake ang mga ito nang humigit-kumulang 20 minuto sa 180° C / 355° F sa isang oiled baking tray, paikutin ang mga ito sa kalahati, o iprito ang mga ito sa sapat na dami ng mantika hanggang sa maging kayumanggi sa lahat ng panig.

76. Patatas at Mga Carrot Pierogies

MGA INGREDIENTS:
DOUGH:
- Lahat ng layunin na harina - 500g
- Mainit na Tubig - 230 ml
- Asin - 1.5 kutsarita
- Langis ng oliba - 2 kutsara

PAGPUPUNO:
- Patatas - 600 g
- 1 tasang v egan chees e
- Asin - 1.5 kutsarita
- Sibuyas - 1 malaki, tinadtad ng makinis
- Ground pepper - 1 kutsarita
- Grated nutmeg - 2 kurot (opsyonal)

FRY:
- coconut butter - 1 kutsara

GARNISH:
- Tinadtad na chives at caramelized na sibuyas.

MGA TAGUBILIN:
PAGPUPUNO:
a) Init ang langis ng oliba sa isang kawali at malumanay na lutuin ang tinadtad na sibuyas hanggang sa ginintuang kayumanggi.

b) Ilagay ang patatas sa isang medium pot na may sapat na tubig para matakpan ito. [Maaaring gumamit ng pressure cooker o instant cooker.] Pakuluan ang tubig sa kaldero sa sobrang init. Magluto ng humigit-kumulang 15 minuto, o hanggang malambot ang tinidor. Siguraduhing hindi mo ito ma-overcook.

c) Ibalik ang patatas sa kasirola pagkatapos matuyo ito sa isang colander. Gamit ang potato masher, i-mash ang patatas at idagdag ang plant-based na gatas, paminta, keso, nutmeg, at caramelized na mga sibuyas. May asin din.

DOUGH:
d) Pagsamahin ang harina, langis ng oliba, at asin sa isang mixing basin. Haluing mabuti at unti-unting magdagdag ng tubig. Masahin ang kuwarta gamit ang iyong mga kamay sa sandaling ito ay halos pinagsama. Kung hindi mo ito mabuo, magdagdag ng dagdag na

tubig. Magdala ng dagdag na harina kung naniniwala kang nagdagdag ka ng masyadong maraming tubig.

e) Masahin ang kuwarta sa loob ng 5-10 minuto at itabi. Ang kuwarta ay dapat na maging mas makinis at mas nababanat pagkatapos ng pagmamasa. Ngunit hindi sa isang malagkit na paraan!

f) Takpan at itabi ng 30 minuto para makapagpahinga.

g) Pagkatapos mapahinga ang kuwarta, lagyan ng harina ang gumulong ibabaw, kunin ang isang piraso ng kuwarta, at igulong ito sa isang manipis na ibabaw na 1-2 mm. Ang mas manipis na maaari mong gawin ito, mas masarap ang dumplings.

h) Gupitin ang mga bilog sa kuwarta gamit ang isang nakabaligtad na baso.

i) Maglagay ng isang kutsarita ng pagpuno sa gitna ng bawat bilog, tiklupin sa kalahati, at pindutin ang kalahating bilog na sulok kasama ng iyong mga daliri.

j) Sa isang malaking palayok ng tubig, pakuluan ang mga pierogies.

k) Lutuin ang mga pierogies sa loob ng 3-4 minuto, o hanggang lumutang ang mga ito, gamit ang slotted na kutsara upang alisin ang bawat isa.

l) Magpatuloy sa pagluluto ng bagong batch hanggang sa matapos ang lahat.

77. Pinakuluang Dumplings

MGA INGREDIENTS:
- 1 ½ tasang sinala na all-purpose na harina
- ½ kutsarita ng asin
- ¼ kutsarita ng baking powder
- ½ tasang margarin
- Humigit-kumulang ¼ tasa ng tubig

MGA TAGUBILIN:
a) Painitin ang oven sa 400 degrees Fahrenheit. Pagsamahin ang mga tuyong sangkap sa isang sifter.
b) Gupitin ang margarine gamit ang isang pastry cutter, gamit ang sapat na tubig upang pagsamahin ang pinaghalong.
c) I-roll out ang kuwarta tulad ng isang pie crust sa isang floured board. Gupitin ang mga parisukat sa 3-pulgada na mga parisukat.
d) Maglagay ng humigit-kumulang 1 kutsarita ng pagpuno sa gitna ng bawat parisukat. Tiklupin ang mga parisukat sa kalahati upang ganap na masakop ang pagpuno. Gamit ang isang tinidor, i-crimp ang mga gilid nang magkasama.
e) Maghurno ng 20 minuto, o hanggang sa ginintuang kayumanggi, sa isang nonstick cookie sheet.

78. Blueberry Pierogi

MGA INGREDIENTS:
PARA SA DOUGH
- 2 tasa (500 g) all-purpose na harina
- 1 tasang mainit na gatas na nakabatay sa halaman
- 1 kutsarita ng asin

PARA SA BLUEBERRY FILLING
- 2 tasang blueberries / bilberry
- 1 kutsarang all-purpose flour

TOPPING
- pinatamis na cream, 12% o 18%
- isang kurot ng icing / powdered sugar, para iwiwisik

MGA TAGUBILIN:
PARA SA DOUGH
a) Salain ang harina at butasin ang gitna ng simboryo ng harina. Ibuhos ang isang maliit na halaga ng mainit na gatas na batay sa halaman sa pinaghalong at haluin ito. Masahin nang mabilis, idagdag ang gatas na batay sa halaman kung kinakailangan upang makakuha ng malambot, nababanat na kuwarta.

b) Hatiin ang kuwarta sa ilang piraso. Sa isang floured counter-top, igulong ang unang bahagi ng kuwarta.

c) Pagulungin ang kuwarta gamit ang rolling pin sa isang manipis na sheet. Gumamit ng isang baso o isang bilog na pamutol upang gupitin ang kuwarta.

PARA SA BLUEBERRY FILLING
d) Banlawan ang mga sariwang blueberries sa ilalim ng malamig na tubig na tumatakbo.

e) Alisin ang mga frozen na berry sa freezer bago gumawa ng pierogi (mas madaling tipunin ang mga dumpling kasama ng frozen na prutas)

f) Patuyuin sa mga tuwalya ng papel, ikalat sa isang tray, at alikabok ng 1 kutsarang harina.

g) Sa gitna ng bawat bilog ng kuwarta, ilagay ang isang kutsarita ng mga blueberries. I-fold ang kuwarta sa ibabaw ng pagpuno at i-crimp ang mga gilid nang magkasama. Magpatuloy hanggang sa mawala ang masa at blueberries.

TINATAPOS KO NA

h) Pakuluan ang inasnan na tubig sa isang palayok. Bawasan ang init sa mababang antas at panatilihin ito doon.

i) Idagdag ang dumplings at lutuin ng 5-6 minuto, o hanggang lumutang ang mga ito.

j) Maghanda ng ilang pinatamis na cream sa pansamantala. Maglagay ng cream sa isang mixing basin, magdagdag ng icing/powdered sugar, at haluin ang lahat. Kumain at tingnan kung ito ay sapat na matamis. Kung ito ay hindi sapat na matamis, magdagdag ng higit pang asukal at subukang muli.

k) Gamit ang isang slotted na kutsara, alisin ang pierogi mula sa kasirola. Ihain sa mga plato na may isang dollop ng sweetened cream sa itaas.

79. Apricot Kolache

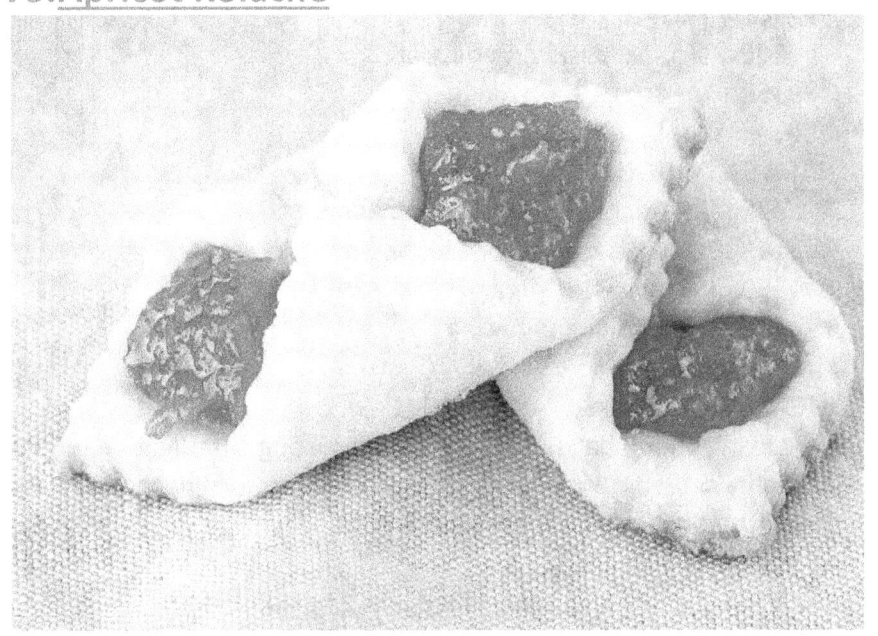

MGA INGREDIENTS:
PARA SA PAGPUPUNO
- 100g (4 oz.) pinatuyong mga aprikot
- 350ml na tubig
- 2 kutsarang caster sugar

PARA SA DOUGH
- 225g (8 oz.) coconut butter , pinalambot
- 1 (200g) batya vegan cheese, pinalambot
- 150g (5 oz.) caster sugar
- 250g (9 oz.) plain na harina

MGA TAGUBILIN:
a) Upang lumikha ng pagpuno, sa isang mabigat na kasirola, pagsamahin ang mga aprikot at tubig at lutuin, natatakpan, sa katamtamang init sa loob ng 10 minuto, o hanggang ang mga aprikot ay malambot.

b) Mash ang mga aprikot, magdagdag ng 2 kutsarang asukal, at itabi upang palamig. Alisin sa equation.

c) Upang gawin ang kuwarta, i-cream ang coconut butter at vegan cheese hanggang sa magaan at malambot, pagkatapos ay magdagdag ng 150g na asukal at ihalo nang maigi.

d) Paghaluin nang maigi ang harina. Bumuo ng kuwarta sa isang bola at palamigin ng isang oras.

e) Sa isang mahusay na harina na ibabaw, ilabas ang kalahati ng kuwarta at magtrabaho kasama ito. Gupitin sa 5cm na mga parisukat pagkatapos gumulong sa kapal na .25cm.

f) Ilagay ang 1/2 kutsarita ng apricot filling sa gitna ng parisukat. Dalhin ang apat na sulok sa gitna, pagdiin ang mga ito nang magkasama upang maiselyo.

g) Maghurno ng humigit-kumulang 15 minuto sa 200°C/Gas mark 6.

MGA DESSERTS

80.Ukrainian chrustyky

MGA INGREDIENTS:
- 4 na tasang Inagis na harina
- 6 Itlog
- 1 tasa ng kulay-gatas
- 2 kutsarang Asukal
- ¼ kutsarita ng Asin
- 1 kutsarita ng Vanilla
- 2 kutsarang Mantikilya
- ½ kutsarita ng almond flavoring
- Yolks -- pinalo

MGA TAGUBILIN:

a) Talunin ang mga pula ng itlog hanggang sa magaan. Idagdag sa tuyo ang mga sangkap kasama ng sour cream, vanilla, butter at almond flavoring. Masahin ng mabuti.

b) Roll sa ⅛ pulgada ang kapal. Gupitin sa mga piraso na 1 x 3 pulgada na may gulong ng pastry.

c) Gumawa ng pahaba na hiwa sa gitna ng bawat strip at hilahin ang isang dulo.

d) Iprito sa mainit na malalim na taba sa loob ng humigit-kumulang 2 minuto o hanggang sa bahagyang kayumanggi. Patuyuin sa mabigat na papel.

e) Kapag malamig, budburan ng asukal ng mga confectioner.

81.Ukrainian Cheesecake

MGA INGREDIENTS:
- Shortbread
- 2 tasang Cottage Cheese
- ½ tasa ng Asukal; Butil-butil
- 2 kutsarita ng Cornstarch
- ½ tasa ng mga walnuts; Tinadtad,
- 3 Itlog; Malaki, Hiwalay
- ½ tasa ng Sour Cream
- 1 kutsarita ng balat ng lemon; gadgad

MGA TAGUBILIN:
a) Painitin muna ang oven sa 325 degrees F.
b) Pindutin ang cottage cheese sa pamamagitan ng isang salaan at alisan ng tubig.
c) Sa isang malaking mangkok ng paghahalo, talunin ang mga pula ng itlog hanggang sa magaan at mabula, pagkatapos ay idagdag ang asukal nang dahan-dahan, patuloy na matalo hanggang sa napakaliwanag at makinis.
d) Idagdag ang cottage cheese sa pinaghalong itlog, ihalo nang mabuti, pagkatapos ay idagdag ang kulay-gatas, gawgaw, balat ng lemon, at mga walnut (kung ninanais). Haluin hanggang ang lahat ng mga sangkap ay mahusay na pinaghalo at ang timpla ay makinis.
e) Sa isa pang malaking mangkok ng paghahalo, talunin ang mga puti ng itlog hanggang sa maging malambot ang mga taluktok, pagkatapos ay malumanay na tiklupin ang mga ito sa batter. Ibuhos ang halo sa inihandang crust at maghurno ng halos 1 oras.
f) Palamig sa temperatura ng silid bago ihain.

82. Bajaderki

MGA INGREDIENTS:
PASTRY
- ½ kilo na handa na cake o biskwit (muffins, brownie atbp.)
- 1 tasang hinimay na niyog
- 1 tasang pasas
- ½ tasa ng pinong tinadtad na mani ng anumang uri
- 1 tasang crumbled crispy biscuits
- Ang lasa ng alkohol ng anumang uri (para sa pang-adultong bersyon), ang halaga ay nakadepende sa dami
- 2-3 tablespoons ng blackcurrant jam
- Juice at zest mula sa 1 lemon

ICING
- 100 gramo ng maitim na tsokolate
- 1 kutsarita ng langis ng niyog

MGA TAGUBILIN:
DOUGH
a) Upang bumuo ng isang homogenous na timpla, maingat na durugin ang mga biskwit gamit ang iyong mga kamay. Upang makagawa ng mala-clay na siksik na halo na maihahambing sa kumbinasyon ng truffle, pagsamahin ang mga almendras, niyog, lemon juice at zest, mga pasas, alak, at jam.
b) Itabi ng 1 oras sa refrigerator.
c) Pagkatapos ay igulong ang kuwarta sa mga bola na kasing laki ng isang malaking walnut o mas malaki. Ilagay ang mga ito sa isang baking sheet.

ICING
d) Sa isang paliguan ng tubig, matunaw ang tsokolate at langis ng niyog.
e) Isa-isang ipasok ang mga bola sa frosting. Gamit ang isang tinidor, i-flip ang mga ito at ilagay sa baking paper.
f) Palamigin ang mga bola sa loob ng 2 oras, o hanggang sa tumigas ang frosting.

83. Mazurek na may chocolate cream

MGA INGREDIENTS:
DOUGH
- 2 tasang plain spelling na harina o plain wheat flour
- 100 g likidong langis ng niyog
- 1 nakatambak na kutsarang almirol
- 2 kutsarang hindi nilinis na icing sugar
- 10–12 kutsarang malamig na tubig

CREAM
- 15 dahon ng mint
- 1½ tasang nilutong puting beans
- 100 gramo ng dark chocolate (70% cocoa solids)
- juice at zest ng 1 orange
- 1 kutsarita ng kanela
- 2–3 kutsarita ng date syrup o iba pang syrup

MGA TAGUBILIN:
DOUGH
a) Pagsamahin ang harina, almirol, at icing sugar sa isang mixing bowl. Ihalo nang lubusan ang langis ng niyog. Dahan-dahang ibuhos ang tubig. Masahin ng maigi.
b) Ang kuwarta ay dapat na malambot at nababanat, katulad ng ginamit para sa pierogis. Igulong ito sa baking paper sa kapal na 4-5 mm. Gumawa ng isang parihaba o iba pang anyo mula sa papel. Gamit ang isang tinidor, tusukin ang lahat.
c) Painitin ang oven sa 190°C/375°F at maghurno ng 20 minuto. Maglaan ng oras para sa paglamig.

CREAM
d) Pagsamahin ang beans, mint, at syrup sa isang blender hanggang makinis.
e) Pakuluan ang juice at zest. Haluin ang tsokolate hanggang matunaw. Paghaluin ang pinaghalo na beans at kanela nang may pag-iingat.
f) Ikalat ang cream sa puff pastry at itaas ang mga garnish. Palamigin hanggang sa lumapot ang cream.

84. Pumpkin yeast Bundt cake

MGA INGREDIENTS:
- 1 tasang pumpkin mousse
- 2½ tasang plain spelling na harina o harina ng wheat cake
- ½ tasa ng anumang plant-based na gatas
- 7 gramo ng tuyong lebadura
- ½ tasa ng asukal sa tubo o anumang iba pang hindi nilinis na asukal
- juice at zest ng 1 lemon
- 1 kutsarang likidong langis ng niyog
- 1 tasang pinatuyong cranberry

MGA TAGUBILIN:
a) Pagsamahin ang harina, lebadura, asukal, at cranberry sa isang mangkok ng paghahalo.
b) Sa isang maliit na kasirola, dahan-dahang painitin ang pumpkin mousse, plant-based milk, lemon juice at zest, at coconut oil. Masahin ang mga basang sangkap sa kuwarta. Ito ay dapat tumagal nang humigit-kumulang 8 minuto upang makumpleto.
c) Magwiwisik ng manipis na layer ng harina sa Bundt cake form at grasa ito. Ilagay ang kuwarta sa kawali, takpan ito, at hayaan itong tumabi sa loob ng 1 oras sa isang mainit na lugar.
d) Painitin muna ang oven sa 180°C/350°F at maghurno ng 35 minuto (hanggang sa malinis ang isang kahoy na tuhog).

85. Mga cream roll

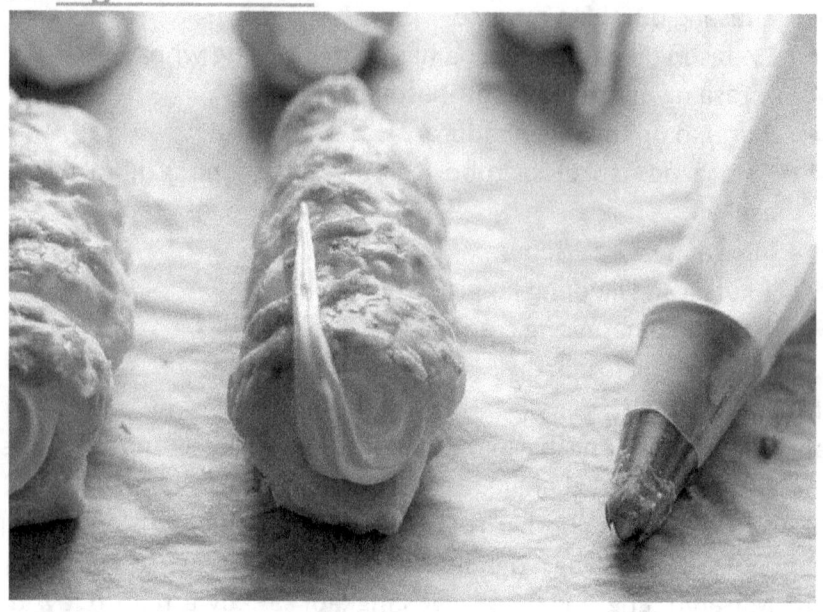

MGA INGREDIENTS:
DOUGH
- 2 ½ tasa plain spelling flour o plain wheat flour
- ¾ tasa ng vegan cream (hal. home-made soy cream)
- 2 kutsarang hindi nilinis na icing sugar
- 100 gramo ng likidong langis ng niyog
- 1 kutsarang almirol

CREAM
- 2 lata na gatas ng halaman ng niyog (400 gramo bawat isa, 17% taba, 75% niyog, pinalamig sa loob ng 1-2 araw)
- 1 kutsarang hindi nilinis na icing sugar
- 2 kutsarita ng vanilla extract
- 1 lemon zest

MGA TAGUBILIN:
DOUGH
a) Masahin ang lahat ng sangkap hanggang sa maging makinis ang masa.
b) Pagulungin ang kuwarta hanggang sa 2-3 mm ang kapal. Gupitin sa 1 cm ang lapad na mga piraso. Palamigin ng 10 minuto bago ihain.
c) Ilagay ang mga roll sa isang baking sheet na nilagyan ng parchment paper. Painitin ang oven sa 200°C/400°F at maghurno ng 15 minuto. Pahintulutan silang lumamig nang bahagya bago alisin ang mga ito mula sa mga cornet. Ulitin hanggang sa maubos mo ang lahat ng iyong kuwarta.

CREAM
a) Mula sa mga lata, alisin ang puting solidong bahagi ng gata ng niyog. Gamit ang icing sugar, haluing mabuti.
b) Ihalo nang mabuti ang vanilla extract at lemon zest.
c) Ilagay ang cream sa isang piping bag at i-pipe ang filling sa mga walang laman na roll. Maaari mong gamitin ang prutas upang palamutihan ang mga ito o icing sugar upang alikabok ang mga ito.

86. Mga ostiya

MGA INGREDIENTS:
- 5 malaking hugis-parihaba na manipis
- ½ kilo ng blackcurrant jam
- 3 tasang pinakuluang chickpea (mahigit o mas mababa sa 1 tasang tuyo)
- 1 lata ng gata ng niyog
- 1 kutsarita vanilla extract
- 2 kutsarang asukal sa tubo
- 2 kutsarang kakaw
- 200 gramo ng dark chocolate (70% cocoa solids)

MGA TAGUBILIN:
a) Buksan ang lata ng gata ng niyog at tanggalin ang puting solidong bahagi. Dalhin ito sa isang pigsa sa isang kasirola. Alisin sa apoy at ihalo ang tsokolate, kakaw, vanilla extract, at asukal.
b) Haluin hanggang matunaw ang lahat ng sangkap. Haluin nang buo ang mga chickpeas.
c) Ilagay ang wafer sheet sa isang piraso ng kahoy. Takpan ito ng kalahati ng cream at ang isa pang wafer.
d) Pahiran ito ng kalahati ng jam. Ulitin gamit ang natitirang cream, jam, at wafer sheet. Dahan-dahang pindutin ang pindutan.
e) Itabi para sa 4-5 na oras sa refrigerator.

87.Holiday apple pie

MGA INGREDIENTS:
- 3 tasang plain spelling na harina o plain wheat flour
- 2 flat tablespoons almirol
- 2 flat tablespoons unrefined icing sugar
- 50 gramo ng likidong langis ng niyog
- 15 kutsarang malamig na tubig
- 2 kilo ng pagluluto ng mansanas
- 1 kutsarita ng kanela
- 1 kutsarita ng ground cardamom
- 1 tasang pasas
- 1 tasang walnut
- 1 tasang breadcrumbs

MGA TAGUBILIN:

a) Pagsamahin ang harina, almirol, icing sugar, at langis ng niyog nang may pag-iingat. Magdagdag ng isang kutsara ng tubig sa isang pagkakataon, paghahalo o pagmamasa ng kuwarta pagkatapos ng bawat karagdagan. Masahin ang kuwarta hanggang sa ito ay elastic at makinis pagkatapos maihalo ang lahat ng sangkap.

b) Hatiin ang kuwarta sa dalawang pantay na kalahati. Ang isa sa mga ito ay dapat na igulong sa isang baking paper sheet na may sukat na 20 x 30 cm/8 x 12 pulgada. Tusukin ng maraming beses ang kuwarta gamit ang isang tinidor, ilagay sa isang baking dish, at palamigin ng 30 minuto. Ilagay ang natitirang bahagi ng kuwarta sa freezer sa loob ng 45 minuto.

c) Alisin ang tray mula sa refrigerator at maghurno sa 190°C sa loob ng 15 minuto. Payagan ang iyong sarili na makapagpahinga. Samantala, ihanda ang mga mansanas.

d) Balatan ang mga mansanas at alisin ang mga core. Gamit ang isang grater o isang mandolin slicer, lagyan ng rehas ang keso. Pagsamahin ang cinnamon, mga pasas, at makapal na tinadtad na mga walnut sa isang mangkok ng paghahalo. Maaari kang magdagdag ng pulot kung ang mga mansanas ay masyadong maasim.

e) Ikalat ang mga breadcrumb nang pantay-pantay sa kalahating lutong base. Ang mga mansanas ay dapat na susunod na nakakalat sa puff pastry.

f) Ilagay ang frozen na kuwarta sa ibabaw ng mga mansanas at lagyan ng rehas ito. Painitin ang oven sa 180°C/350°F at maghurno ng 1 oras.

88. Mga biskwit ng patatas na gingerbread

MGA INGREDIENTS:
- ½ kilo na binalatan ng patatas
- 5 kutsarang likidong langis ng niyog
- ½ tasa ng date syrup o iba pang syrup
- 2 kutsarita ng baking soda
- 2½ tasang plain spelling na harina o plain wheat flour
- ½ tasa ng almirol
- 4 na kutsarang gingerbread seasoning
- 1 kutsarang kakaw

MGA TAGUBILIN:

a) Lutuin ang patatas hanggang sa lumambot, pagkatapos ay palamig at bigas ang mga ito gamit ang potato ricer. Pagsamahin ang date syrup at coconut oil sa isang mangkok.

b) Sa isang hiwalay na palanggana, pagsamahin ang harina, almirol, baking soda, at gingerbread seasoning. Masahin ang kuwarta pagkatapos idagdag ang mga likido.

c) Alikabok ng harina ang pastry board o pastry mat at igulong ang kuwarta sa kapal na humigit-kumulang 5 mm.

d) Gamit ang mga pamutol ng biskwit, gupitin ang iba't ibang hugis. Painitin ang oven sa 170°C/325°F at maghurno ng 10 minuto. Hayaang lumamig at palamutihan ayon sa ninanais.

89. Inihurnong Mansanas na may Prutas at Nuts

MGA INGREDIENTS:
- 6 baking mansanas, hugasan at i-cored
- 6 na kutsarang vegan granulated sweetener
- 6 na kutsarang strawberry o apricot fruit na pinapanatili
- ½ tasa tinadtad na mga walnuts

MGA TAGUBILIN:
a) Painitin muna ang oven sa 350 degrees Fahrenheit. Ilagay ang mga mansanas sa baking dish, siguraduhin na ang mga ito ay hawakan at magkasya nang ligtas.
b) Sa core ng bawat mansanas, ilagay ang 1 kutsarita ng asukal, na sinusundan ng mga pinapanatili. Magdagdag ng mga mani bilang isang pagtatapos. Isang pulgada ng tubig ang dapat idagdag sa baking dish.
c) Painitin ang hurno sa 350°F at maghurno ng 30 minuto, o hanggang malambot ang mga mansanas.
d) Ihain kaagad o palamigin.

90. Vegan Berry cheesecake

MGA INGREDIENTS:

- 4 (8oz / 225 g) na pakete ng vegan cream cheese
- 0.5 oz. ng Agar Agar + 1 tasa ng mainit na tubig
- 1 box (3oz) ng vegan lemon jello + 1 tasa ng mainit na tubig
- 1/4 tasa ng powdered sugar
- mga ostiya
- Mga sariwang strawberry o raspberry
- 2 kahon (3 oz. bawat isa) ng vegan strawberry jello

MGA TAGUBILIN:

a) Sa isang tasa ng mainit na tubig, itunaw ang 2 pakete ng Agar at 1 tasa ng lemon jello.

b) Kapag handa na ang keso, talunin ito ng mga 2 minuto, o hanggang malambot. Ang agar-agar at jello ay dapat idagdag nang paunti-unti.

c) Haluin hanggang mawala ang lahat ng bukol. Idagdag ang asukal at patuloy na talunin hanggang sa ang lahat ay maayos na pinaghalo.

d) Ilagay ang vanilla wafers sa ilalim ng spring form. Punan ang kawali ng pinaghalong cream cheese. Palamigin nang hindi bababa sa 2 oras.

e) Gumawa ng strawberry jello na may kalahating dami ng tubig (1 tasa para sa bawat kahon, kabuuang 2 tasa mula sa dalawang kahon). Hayaang lumamig ng ilang minuto.

f) Ilagay ang mga strawberry sa ibabaw ng pinaghalong keso na itinakda. Palamigin hanggang sa tumigas ang jello, pagkatapos ay ibuhos ito sa mga strawberry.

91. Sweet grain puding

MGA INGREDIENTS:
- 1 tasa ng wheat berries, o barley
- 4 na kutsarang Maple syrup
- ½ tasa (115 g) ng asukal
- 2 tasa (450 g) buto ng poppy
- bakalie

MGA TAGUBILIN:
a) Ibabad ang mga wheatberries magdamag pagkatapos banlawan ang mga ito.
b) Ibabad ang mga butil sa tubig hanggang sa lumambot, pagkatapos ay patuyuin sa isang salaan.
c) Pagsamahin ang mga buto ng poppy, maple syrup, asukal, bakalie, at wheatberries sa isang mixing bowl.

92. Walnut crescent cookies

MGA INGREDIENTS:
- 1⅓ tasa (150 g) na harina
- 6 na kutsarang coconut butter
- ⅓ tasa (65 g) pinong giniling na mga walnut
- ¼ tasa (55 g) ng asukal

MGA TAGUBILIN:
a) Painitin muna ang oven sa 300 degrees Fahrenheit (150 degrees Celsius).
b) Masahin ang lahat ng mga sangkap sa isang kuwarta.
c) Igulong ang kuwarta sa isang mahabang lubid gamit ang iyong mga kamay at gupitin ito bawat 3 pulgada (7.5 cm).
d) Bumuo ng crescent sa bawat piraso at ilagay sa isang baking sheet.
e) Maghurno ng humigit-kumulang 20 minuto, o hanggang sa bahagyang browned ang cookies. Hayaang lumamig bago lagyan ng alikabok ng powdered sugar.

93. nilagang plum

MGA INGREDIENTS:
- 2 lb. (900 g) sariwang plum
- opsyonal: ¾ tasa (170 g) asukal

MGA TAGUBILIN:
a) Banlawan ang mga plum at alisin ang mga hukay.
b) Pakuluan ang mga plum sa kaunting tubig (sapat lang para matakpan ang mga ito) at haluin paminsan-minsan.
c) Maaaring magdagdag ng asukal pagkatapos ng dalawang oras para sa mas matamis na lasa.
d) Kapag ang nilaga ay lumapot at ang karamihan sa tubig ay sumingaw, ibuhos sa mga garapon na salamin at ilagay sa isang malamig na lugar.
e) Sa pagtatapos ng oras ng pagluluto, magdagdag ng nutmeg, lemon juice, o cinnamon para sa karagdagang lasa.

94. Marmelada

MGA INGREDIENTS:
- 2 lb. (900 g) sariwang prutas, tulad ng mga mansanas, peras, aprikot, seresa, at/o strawberry
- 1¾ tasa (395 g) ng asukal

MGA TAGUBILIN:
a) Depende sa prutas o prutas na iyong ginagamit, linisin, balatan, at hukayin ang mga ito.
b) Pakuluan sa isang maliit na halaga ng tubig (sapat lamang upang takpan), pagpapakilos paminsan-minsan.
c) Pure sa isang blender o lagyan ng rehas sa pinakamaliit na butas ng rehas kapag malambot na ang prutas.
d) Magluto sa mababang init hanggang sa lumapot ang bulk, patuloy na pagpapakilos.
e) Ibuhos sa mga garapon ng salamin at panatilihing palamig.

95. cake ng Pasko ng Pagkabuhay

MGA INGREDIENTS:
SHORTBREAD CRUST
- 1 ½ tasang harina
- ½ tasa ng asukal, pinong butil
- ½ tasa ng coconut butter
- 1 kutsarita vanilla extract (opsyonal)

TOPPING
- 1 ½ tasa Vegan Dulce de leche
- mani, pinatuyong prutas, mga kendi para sa dekorasyon

MGA TAGUBILIN:
a) Sa isang food processor, pagsamahin ang harina at asukal at pulso hanggang makinis. Pagkatapos ay idagdag ang coconut butter, na tinadtad sa maliliit na piraso, at whish hanggang gumuho.
b) Pagsamahin ang tubig at opsyonal na vanilla essence sa isang hiwalay na mangkok.
c) Painitin muna ang oven sa 350°F at itulak ang kuwarta sa kawali na gusto mo. Gawin ang mga gilid sa pamamagitan ng pagpindot sa kuwarta sa mga gilid o bumuo ng isang hiwalay na pang-adorno na gilid na may ilang kuwarta.
d) Tusukin ng tinidor ang ilalim ng kuwarta upang hindi ito pumutok. Pagkatapos ay i-bake ito sa 375 degrees Fahrenheit nang mga 30 minuto.
e) Depende sa laki at hugis ng iyong kawali, lutuin ang crust sa loob ng 20-35 minuto sa center rack ng oven. Ang crust ay magiging ginintuang, at ang iyong kusina ay mapupuno ng aroma ng coconut butter. Hayaang lumamig pagkatapos alisin sa oven.
f) Gamitin ang Vegan Dulce de leche o anumang iba pang caramel spread. Painitin ang iyong karamelo sa pamamagitan ng paglalagay nito sa isang palayok. Ibuhos ang caramel sa pie shell at itabi ng ilang minuto.
g) Ihanda ang iyong mga nakakain na palamuti habang naka-set up ang iyong karamelo.

96. Vanilla Custard Pudding

MGA INGREDIENTS:
- ½ vanilla bean pod, maaaring subuan ng ½ kutsarang vanilla extract
- 2 tasa + 2 kutsarang plant-based na gatas
- 5-7 kutsarita ng asukal
- 3 kutsarang patatas na harina, maaaring subuan ng corn flour o cornstarch
- 3-4 kutsarita ng raspberry syrup, para sa paghahatid, opsyonal

MGA TAGUBILIN:
a) Gupitin ang kalahati ng vanilla pod nang pahaba at simutin ang beans gamit ang kutsilyo. Alisin sa equation.
b) Pakuluan ang 1.5 tasa (350 mL) na plant-based milk, vanilla beans, at asukal.
c) Paghaluin ang patatas na harina sa natitirang cool na plant-based na gatas. Haluin nang mabilis gamit ang isang whisk upang maiwasan ang pagbuo ng mga bukol sa kumukulong gatas na nakabatay sa halaman.
d) Pakuluan, pagkatapos ay kumulo, patuloy na pagpapakilos, para sa mga 1 minuto, o hanggang sa lumapot ang custard.
e) Ibuhos sa mga indibidwal na baso ng dessert o pinggan pagkatapos alisin ito mula sa init.
f) Itaas na may ilang patak ng raspberry syrup at ihain kaagad.

97. Cream Fudge

MGA INGREDIENTS:
- 1/2 tasa ng asukal
- 2–14 onsa lata na condensed plant-based milk
- 1/3 tasa ng coconut butter

MGA TAGUBILIN:

a) Pagsamahin ang asukal at condensed plant-based milk sa isang medium pot. Kapag nagsimula na itong kumulo, bawasan ang apoy sa mababang at patuloy na haluin nang malumanay at tuloy-tuloy. Ang matinding pag-iingat ay dapat gamitin kapag hinahalo.

b) Pagkatapos ng 15–20 minutong pagkulo, dalhin ang timpla sa temperaturang 225–235°F. Alisin ang kawali mula sa apoy at idagdag ang coconut butter, patuloy na whisking para sa 3 minuto.

c) Ibuhos ang batter sa inihandang kawali at palamig nang buo bago palamigin ng hindi bababa sa 30 minuto.

d) Alisin ito mula sa kawali at gupitin ito sa mga piraso. Balutin ang waxed paper sa bawat isa. Ang mga nakabalot na bahagi ay dapat na nakaimbak sa isang sakop na lalagyan upang maiwasan ang pagkatuyo.

98. Almond sa Chocolate Plums

MGA INGREDIENTS:
- 24 prun, pitted (pinatuyong plum)
- 24 buong almendras, toasted
- 8 ounces semi-sweet chocolate chips
- durog na mani, para sa dekorasyon

MGA TAGUBILIN:

a) Painitin ang oven sa 350°F at lagyan ng aluminum foil o waxed paper ang isang baking sheet.

b) I-microwave ang tsokolate hanggang sa ganap itong matunaw.

c) Ipagpatuloy ang paghahalo hanggang sa maging makinis ang tsokolate, pagkatapos ay itabi upang medyo lumamig habang inihahanda mo ang prun.

d) Maglagay ng almond sa gitna ng bawat prune, isa sa bawat prune.

e) Isawsaw ang bawat prune sa tsokolate, lubusang nilulunod ito.

f) Ilagay ang kendi sa inihandang baking sheet at, habang basa pa ang tsokolate, budburan ang tuktok ng mga durog na mani kung gusto.

g) Pagkatapos ilagay ang lahat ng prun sa baking sheet, palamigin ng 30 minuto upang hayaang matuyo ang tsokolate bago ihain.

h) K eep pinalamig ng hanggang isang linggo sa lalagyan na hindi tinatagusan ng hangin.

99. Vegan sweet cheese rolls

MGA INGREDIENTS:
DOUGH
- 250 g / 2 tasa ng harina ng trigo
- ¼ kutsarita ng pinong asin
- 7 g / 2¼ kutsarita ng instant dry yeast
- 35 g / 3 kutsarang asukal
- tinatayang 160 ml / 2/3 tasa ng maligamgam na halaman na gatas na nakabatay sa halaman
- 30 g / 2 nakatambak na kutsara ng banayad na langis ng niyog
- 2 kutsarita ng plant-based na gatas + 1 kutsarita ng maple syrup

PAGPUPUNO
- 135 g / 1 tasang hilaw na kasoy, binasa
- 1 lemon, zest + 2-4 na kutsarang juice
- 2 kutsarita ng vanilla extract
- 80 ml / 1/3 tasa ng maple syrup o asukal
- 80 ml / 1/3 tasa ng plant-based na gatas
- 15 g / 1 nakatambak na kutsarang banayad na langis ng niyog o vegan coconut butter
- 150 g / 5.25 oz. hinog na mga berry

MGA TAGUBILIN:
PAGPUPUNO
a) Ilagay ang lahat ng likido sa ilalim ng blender.
b) Idagdag ang pinatuyo at hinugasang kasoy at timpla hanggang makinis.

DOUGH
c) Sa isang malaking mixing basin, pagsamahin ang harina, asin, instant yeast, at asukal.
d) Ibuhos ang karamihan sa gatas na nakabatay sa halaman (pigilan ang 1 kutsara).
e) Ilabas ang pinaghalong sa ibabaw ng trabaho kapag ito ay halos nanatiling magkasama.
f) Masahin ang kuwarta sa pamamagitan ng paghawak sa isang dulo sa isang kamay at iunat ang kuwarta gamit ang isa pa.
g) Ilagay ang langis ng niyog sa kuwarta (hindi na kailangang tunawin ito).

h) Punch lahat ng hangin mula sa kuwarta at hatiin ito sa 6-7 katulad na mga seksyon kapag ito ay tumaas sa laki.
i) Para sa bawat bahagi, i-roll ito sa isang bola at ilagay ito sa isang bahagyang nilalangang baking tray, na tinatakpan ito ng isang tuwalya sa kusina.
j) Painitin muna ang oven sa 180 degrees Celsius (355 degrees Fahrenheit).
k) Gamit ang iyong kamay, i-flat ang bawat bola, pagkatapos ay pindutin ang isang lightly oiled glass bottom sa bawat bola upang gumawa ng malalim na indent para sa pagpuno.
l) Gamitin ang iyong mga daliri upang maperpekto ang hugis ng imprint kung ang masa ay bumabalik.
m) Punan ang masarap na pinaghalong 'keso' na ginawa mo kanina at mga berry sa ibabaw.
n) I-brush ang kuwarta na may pinaghalong plant-based na gatas at maple syrup (hindi ang pagpuno).
o) Painitin ang oven sa 350°F at maghurno ng 20 minuto.

100.Ukrainian steamed cabbage soufflé

MGA INGREDIENTS:
- 1 bawat repolyo, malaki, na may mga panlabas na dahon na buo
- 1 bawat sibuyas, malaki, tinadtad
- 4 na kutsarang Mantikilya
- 1½ kutsarita ng Asin
- ¾ tasa ng Gatas
- ½ kutsarita Mga natuklap na pulang paminta
- 1 kutsarita puting paminta
- 1 kutsarita ng Marjoram
- 3 Mga pula ng itlog
- 5 puti ng itlog
- 1 kutsarita ng Asukal
- ½ bawat sibuyas ng bawang, tinadtad

MGA TAGUBILIN:

a) I-core ang repolyo at alisin ang mga panlabas na dahon. Paputiin ang malalaking panlabas na dahon na ito sa kumukulong tubig sa loob ng 5 minuto. Patuyuin at itabi. I-core ang repolyo, gupitin sa mga piraso, at ilagay sa isang malaking palayok.

b) Ibuhos ang gatas sa repolyo at kumulo ng 25 minuto o hanggang malambot ang repolyo. Igisa ang sibuyas at bawang sa mantikilya. Paghaluin ang tinadtad na repolyo, ang sibuyas at bawang, ang mantikilya mula sa sautéing, mga mumo ng tinapay, mga pula ng itlog, at ang mga pampalasa.

c) Talunin ang mga puti ng itlog hanggang sa matigas ngunit hindi tuyo, pagkatapos ay tiklupin ang mga ito sa timpla. Ikalat ang blanched na dahon ng repolyo sa isang malaking tela ng keso. Tiyaking magkakapatong ang mga ito at ang pinaghalong magkasya sa gitna na may maraming espasyong matitira.

d) Ibunton ang pinaghalong pagpuno sa gitna ng mga dahon. Tiklupin ang mga dahon pataas upang takpan ang laman. Pagsamahin ang mga sulok ng tela ng keso at itali ang mga ito gamit ang isang kurdon.

e) Maingat na ilagay ang bundle na ito sa isang colander, at ilagay ang colander sa isang malalim na palayok sa ibabaw ng ilang pulgada ng tubig. Takpan ang palayok upang ito ay maselan Dalhin ang palayok sa isang pigsa at pakuluan ng 45 minuto.

f) Tanggalin ang tela ng keso, baligtarin, at alisin ang tela ng keso.

g) Ihain sa pamamagitan ng pagputol ng soufflé sa mga wedges.

KONGKLUSYON

Habang tinatapos namin ang aming paglalakbay sa pagluluto sa pamamagitan ng "ANG TUNAY NA KUSINA NG UKRAINIAN," umaasa kaming naranasan mo ang kagalakan ng paggalugad sa mga nakakadamdamin at nakakabagbag-damdaming lasa na tumutukoy sa lutuing Ukrainian. Ang bawat recipe sa loob ng mga page na ito ay isang pagdiriwang ng masaganang tradisyon, magkakaibang lasa, at init na ginagawang kakaiba at kasiya-siyang karanasan ang pagluluto ng Ukrainian—isang patunay ng kagalakan na kasama ng bawat ulam.

Natikman mo man ang yaman ng borscht, tinanggap ang ginhawa ng varenyky, o nagpakasawa sa tamis ng mga dessert na Ukrainian, nagtitiwala kami na ang mga recipe na ito ay nagpasiklab sa iyong pagkahilig sa muling paglikha ng mga tunay na panlasa ng Ukraine. Higit pa sa mga sangkap at diskarte, nawa'y ang "ANG TUNAY NA KUSINA NG UKRAINIAN" ay maging mapagkukunan ng inspirasyon, isang koneksyon sa mga kultural na tradisyon, at isang pagdiriwang ng kagalakan na kasama ng bawat lasa ng paglikha.

Habang patuloy mong ginalugad ang mundo ng lutuing Ukrainian, nawa'y ang cookbook na ito ang iyong mapagkakatiwalaang kasama, na gagabay sa iyo sa iba't ibang mga recipe na nagpapakita ng kayamanan at madamdamin na katangian ng mga kusinang Ukrainian. Narito ang pagtikim ng mga tunay na panlasa, muling paggawa ng mga tradisyonal na pagkain, at pagtanggap sa kagalakan na dulot ng bawat kagat. Смачного! (I-enjoy ang iyong pagkain!)

www.ingramcontent.com/pod-product-compliance
Lightning Source LLC
Chambersburg PA
CBHW071322110526
44591CB00010B/991